Tủ Sách Bảo Anh Lạc 98

Đấu Tranh BẤT BẠO ĐỘNG Là Nền Tảng Xây Dựng HÒA BÌNH TOÀN CẦU

Bài thuyết trình cho Hội Nghị Thượng đỉnh
về các Vấn đề Nhân đạo, An ninh Y tế và Hòa bình Toàn cầu -
Humanitarian Affairs, Health Security and Global Peace Summit -
ngày 26-31 tháng 8 năm 2024 tại Missouri, Hoa Kỳ

Thích nữ Giới Hương

NXB TÔN GIÁO

Contact:
HUONG SEN BUDDHIST TEMPLE
19865 Seaton Avenue, Perris, CA 92570, USA
Tel: 951-657-7272, Cell: 951-616-8620
Email: huongsentemple@gmail.com
thichnugioihuong@yahoo.com
https://www.facebook.com/Huong.Sen.Riverside
Web: www.huongsentemple.com

Hình bìa (từ trái sang phải, từ trên xuống dưới):

1. Giáo sư Tiến sĩ Bhimrao Ramji Ambedkar (1891-1956) – Nguồn: pngtree.com

2. Đức Phật và đệ tử - Nguồn: phatgiao.org

3. Bồ Tát Thích Quảng Đức (1897-1963) – Nguồn: phatgiao.org

4. Thánh Mohandas Karamchand Gandhi (1869- 1948) – Nguồn: pngtree.com

5. Hoàng Đế A Dục (304-232 trước Công nguyên) – Nguồn: pngtree.com

6. Mục sư Martin Luther King, Jr. (1929-1968) – Nguồn: pngtree.com

MỤC LỤC

CHƯƠNG 1

Giới Thiệu

1.1. Lý do chọn đề tài Bất bạo động (ahimsa): Thế Giới Khủng hoảng Chiến tranh Bạo động (himsa)

Bối cảnh thế giới hiện nay giữa năm 2024 (thế kỷ XXI) đang diễn biến vô cùng phức tạp với nhiều xung đột, bất ổn, mâu thuẫn, sân hận, thù ghét, bất đồng ý kiến ngày càng tăng, khiến chiến tranh vũ trang, bạo động tàn sát (himsa), leo thang nghiêm trọng như cuộc chiến của Russia-Ukrain, Israel-Hamas, nội chiến Houthi (Yemen), Mynmar, Paskistan, Afganistan, Syria và nhiều nơi khác.

Thiếu: tình thương, thông cảm, kính nhường, vị tha, khiến "ngọn lửa xung đột hận thù chồng chất" có nguy cơ lan rộng ra toàn khu vực, trật tự trên thế giới đang bị nguy kịch, nhiều hậu quả đau thương với số thương vong mất mát của dân thường vô tội tăng cao như báo điện tử Aljazeera[1] cho biết trong cuộc chiến của Hamas-Israels, gây tổn thất nhân mạng ít nhất 36.224 người với hơn 15.000 trẻ em và số bị thương hơn 81.777 người.

Liên hợp quốc và nhiều nước trên thế giới kêu gọi chấm dứt xung đột, thúc đẩy hoạt động nhân đạo, giải pháp hòa bình và ngừng bắn, nhưng vẫn chưa có hiệu quả.

1 Al Jazeera, (2024), Israel-Gaza war in maps and charts: Live tracker. https://www.aljazeera.com/news/longform/2023/10/9/israel-hamas-war-in-maps-and-charts-live-tracker

Bất bạo động là nền tảng xây dựng hòa bình cho chúng ta và thế giới. (Ảnh: Thích Nhất Hạnh)

1.2 Bất bạo động là chìa khóa cho đáp án khủng hoảng bạo động

Thuật từ Bất bạo động (ahimsa) nghĩa là đức tính "vô hại" không dùng vũ lực, ngược lại dùng phương pháp thương lượng hòa giải (ái ngữ) hay hành động tình thương nhẹ nhàng khi đối xử với mọi người, mọi sinh vật, tập thể, cộng đồng xã hội hay đất nước trên thế giới. Đây là một trong những đức tính quan trọng nổi bật trong các tôn giáo Ấn Độ như Phật giáo, Kỳ Na giáo (đạo Lõa thể), Hindu (Ấn Độ giáo) và trong thời hiện đại thế kỷ 21, nhiều nhân vật chính trị cũng xử dụng tinh thần "bất bạo động" này để đấu tranh giành độc lập hay đấu tranh cho sự bất bình đẳng, đàn áp trong xã hội như Mahatma Gandhi (1869-1948), Dr.Bhimrao Ramji Ambedkar (1891-1956), Bồ tát Thích Quảng Đức (1897-1963), Martin Luther King Jr. (1929- 1968)…

Trong bài viết này, xin kiến nghị vài lời dạy của Đức thế Tôn về nuôi dưỡng tinh thần bất bạo động, bất hại (ahimsa) trên nền tảng tình thương và trí tuệ cũng như sự ứng dụng tinh thần tranh đấu bất bạo động này của Vua A-dục (thời cổ đại) và Thánh Mahatma Gandhi, Dr. Bhimrao Ramji Ambedkar, Bồ tát Thích Quảng Đức, Martin Luther King Jr. (thời cận hiện đại)... trong việc thương thuyết và hành động hữu hiệu để chấm dứt xung đột chiến tranh, bất công xã hội, đàn áp tôn giáo và lập lại hòa bình cho cộng đồng quần chúng.

Đức Phật nghĩ thế nào về khủng hoảng chiến tranh?
(Ảnh: Internet)

CHƯƠNG 2

AHIMSA TRONG PHẬT GIÁO

2.1. Định Nghĩa

Ahimsa (Hindi: अहिंसा, Sanskrit: ahiṃsā): tiền tố "a" là phủ định, hiṃ: mong muốn, sā: giết. Vậy ahiṃsā nghĩa là sự không mong muốn sát hại (bất hại), sự không bạo động (bất bạo động). Ngược lại, hiṃsā (không có tiền tố a) là hại, bạo động.

Trong đạo Phật, đạo Lõa thể (Kỳ-na giáo), đạo Hindu, ahimsa là một cách sống, một tinh thần, một nguyên tắc sống hoàn toàn vô hại, không chỉ với bản thân và người khác, mà còn với tất cả muôn loài, vạn vật. Do đó, vì ahimsa, người Phật tử phát nguyện ăn chay (tránh ăn thịt loài vật), quy y cho loài vật, cây cỏ, bảo vệ môi trường, không tổn hại thiên nhiên xung quanh.

Bất bạo động trong Phật giáo xuất phát từ đức hạnh từ bi hỉ xả, khiến chúng sanh khỏi cảnh khổ đau, si mê, mà hướng đến Niết bàn giải thoát. Vì vậy, Phật giáo chủ trương một tình thương bao la phổ quát. Dù bản thân mình phải chịu thiệt thòi, đón nhận sự ngược đãi, tấn công, nhưng vẫn một lòng yêu thương đối với mọi chúng sinh, ngay cả kẻ thù, kẻ nghịch với ý của mình như lời Phật dạy: "Lòng từ bi đem lại cho chúng sinh tất cả mọi sự yên ổn cả tinh thần lẫn vật chất."[2]

2 Kinh Đại Bảo Tích.
https://phatphapungdung.com/phap-bao/kinh-dai-bao-tich-123383.html

Ahimsa không có nghĩa là nhút nhát, thụ động, không dám cầm súng gươm, mà ngược lại rất tích cực, tinh thần dũng cảm, vững chải, nắm vững lập trường tình thương, kiên trì, bền chí, thuyết phục, hành động, hy sinh bằng những phương pháp không bạo lực, không gây hại đối tượng, không ty hiềm đổ máu, hại mạng, thủ tiêu,... bởi lẽ xuất phát từ tình thương vô bờ bến của chúng ta đối với họ.

Trong tôn giáo, ý nghĩa của ahimsa chi tiết và sâu sắc hơn, nghĩa là sự vô hại, bất sát, không giết hại, không tổn thương xâm phạm người hay sinh vật khác bằng thân (làm tổn thương thân thể), khẩu (bắt nạt, lạm dụng ngôn ngữ, lời như dao, như búa khiến người phải tự tử) và ý định gây hại (muốn hại người vật) gây đau khổ cho người và vật. Đây cũng là giới đầu tiên trong năm giới[3] của người Phật tử, giới đầu tiên[4] trong Bồ tát giới tại gia và xuất gia[5] và giới Ba-la-di thứ ba cho Tỳ-kheo[6] và Tỳ Kheo Ni[7] chúng đệ tử xuất gia.

Điều này cho thấy đây là nguyên tắc đầu tiên tối quan trọng trong Phật giáo nhằm hướng dẫn hành vi, lời nói, thái độ của chúng đệ tử tại gia và xuất gia không được bạo động (ahimsa). Đối tượng chẳng những là con người, động vật lớn, mà ngay cả đến côn trùng, thực vật và vi khuẩn bé tí. Phật tử tin rằng không

---

3 Năm giới của người Phật tử tại gia:

1. Tránh xa sự giết hại, tổn thương
2. Tránh xa sự trộm cắp
3. Tránh xa sự nói láo
4. Tránh xa sự tà dâm
5. Tránh xa sự uống rượu.

https://thuvienhoasen.org/images/file/oFn2tZ1G0QgQADZD/quyytambaovanamgioi.pdf

4 Bồ tát giới tại gia: có 6 giới trọng và 28 giới khinh.
https://giacngo.vn/gioi-bo-tat-tai-gia-post15448.html

5 Bồ tát giới xuất gia: có 10 giới trọng và 48 giới khinh.
https://www.daotranglienhoa.com/wp-content/uploads/2023/08/kinh_pham_vong.pdf

6 Bốn giới Ba-la-di của thầy Tỳ-kheo.
https://en.dhammadana.org/sangha/vinaya/227.htm

7 Tám giới Ba-la-di của quý sư cô Tỳ-kheo-ni.
https://hoavouu.com/a9143/ii-tam-phap-ba-la-di

làm hại người khác là một trong những cách quan trọng nhất để giảm bớt đau khổ, đó là mục tiêu trọng tâm, giới luật hàng đầu của Phật giáo.

Vì vậy, trong Bách Khoa Toàn Thư Britannica (Encyclopaedia Britannica), định nghĩa ahimsa[8], trong các tôn giáo Ấn Độ như Kỳ Na giáo, Ấn Độ giáo và Phật giáo, là "nguyên tắc đạo đức" không gây tổn hại cho các sinh vật khác.

Cùng ý nầy, tự điển Wikipedia định nghĩa ahimsa[9] là nguyên tắc bất bạo động cổ xưa của Ấn Độ áp dụng cho các hành động đối với tất cả chúng sinh. Đó là một đức tính quan trọng trong các tôn giáo Ấn Độ như Kỳ Na giáo, Phật giáo, Ấn Độ giáo và đạo Sikh. Đây là giới đầu tiên của Kỳ-na-giáo (Pancha Mahavrata).[10]

2.2. Ahimsa Là Giới Tránh Xa Sự Giết Hại

Giới (sila) nghĩa là đạo đức. Luật (vinaya) là kỷ luật

8 Ahimsa trong Bách Khoa Toàn Thư Britannica (Encyclopaedia Britannica). https://www.britannica.com/topic/ahimsa

9 Ahimsa trong Wikipedia. https://en.wikipedia.org/wiki/Ahimsa

10 Năm vratas giới của Kỳ-na-giáo:

1. Ahimsa là không tổn hại
2. Satya là không nói dối
3. Asteya là không trộm cắp,
4. Brahmacharya là không tà dâm
5. Aparigraha là thoát khỏi sự ràng buộc trần thế.

(discipline), tỳ ni nhật dụng, phép tắc oai nghi quy luật phải giữ hàng ngày.

Giới luật rất quan trọng trong đời sống tu tập và thể hiện tinh thần bất bạo động đối với chúng sinh, bởi lẽ giới luật giúp đệ tử Phật ngăn chặn điều ác, bạo lực thô bạo (himsa), sai trái của thân khẩu ý; giúp tăng trưởng điều lành (ahimsa). Đức Phật thiết lập các giới luật để các chúng đệ tử tại gia và xuất gia hành trì trong đời sống thường ngày. Đây là một trong ba môn học "Tam vô lậu học" (giới-định-tuệ), nhằm dứt các lậu hoặc vô minh, đưa đến giải thoát, giác ngộ.

Đức Phật khuyên buông gươm bên ngoài và buông cả gươm trong tâm xuống. (Ảnh: Giác Ngộ Online)

Để thanh tịnh thân tâm và thúc đẩy một xã hội hòa bình, an lạc, Đức Phật đã thiết lập rất nhiều giới luật như năm giới, mười giới, 250 giới và 348 giới... trong đó năm giới (không sát sanh, không trộm cắp xâm phạm sở hữu của người khác, không nói láo hại người, không tà dâm ngoại tình và không uống rượu hay các chất cấm) là những quy tắc căn bản hướng hành vi con người đến điều tốt, trong đó giới không giết hại (ahimsa) là quan trọng nhất.

Trong đạo Phật có bảy chúng đệ tử là Tỳ-kheo, Tỳ-kheo-Ni, Thức-xoa-ma-na, Sa-di, Sa-di-Ni, Ưu-bà-tắc (nam cư sĩ) và Ưu-

https://jainworld.jainworld.com/phil/pmvratas.htm

bà-di (nữ cư sĩ) thì điều kiện đầu tiên là giữ giới ahimsa, tránh xa sự giết hại (abstance from the Killing, himsa). Vì vậy, lướt qua lịch sử Phật giáo, chúng ta chưa từng thấy có chiến tranh đổ máu, gây thương tích cho người đối diện.

Tránh xa sự giết hại (himsa) nghĩa là không chỉ không được sát hại con người và thú vật, mà ngay cả sự sống của cây cối cũng cần được tôn trọng. Vì thế, chỉ theo một giới mà Tỳ-kheo, Tỳ-kheo-Ni, quý Thầy và Sư cô còn không được phép chặt phá cây cối, bài tiết lên cỏ hay sông suối trừ khi có duyên sự đặc biệt.

Chúng đệ tử xuất gia và tại gia phát nguyện không được giết sanh mạng, từ loài người, động vật cho đến thiên nhiên. Không được tự tay giết hay bảo người giết như vậy là bạo động sẽ rơi vào địa ngục. Ngược lại, phóng sanh, bất hại (ahimsa) thì sẽ sanh về cõi trời và nhân như Tăng Chi Bộ Kinh dạy rằng:

"Này các Tỷ-kheo, vị nào có đầy đủ ba pháp của sát sanh, tương xứng như vậy, bị rơi vào địa ngục.

Thế nào là ba? Tự mình sát sanh, khích lệ người khác sát sanh, tùy hỷ sự sát sanh. Đầy đủ ba pháp này, này các Tỷ-kheo, tương xứng như vậy, bị rơi vào địa ngục."

"Này các Tỷ-kheo, vị nào có đầy đủ ba pháp của từ bỏ sát sanh, tương xứng như vậy được sanh thiên giới.

Thế nào là ba? Tự mình từ bỏ sát sanh, khích lệ người khác từ bỏ sát sanh, tùy hỷ sự từ bỏ sát sanh. Đầy đủ ba pháp này, này các Tỷ-kheo, tương xứng như vậy, được sanh thiên giới."[11]

Bất bạo động, tránh làm tổn thương người và vật là một trong những tư tưởng căn bản của Đức Phật Thích Ca, nên rất nhiều kinh điển được nhắc đến như bài kệ sau đây:

Người kia lăng mạ tôi, đánh đập tôi,
phá hại tôi và cướp đoạt của tôi.

11 Tăng Chi Bộ - Anguttara Nikaya, Chương III - Ba Pháp, XI. Phẩm Chánh Giác, dịch Việt: Hòa thượng Thích Minh Châu. https://www.budsas.org/uni/u-kinh-tangchibo/tangchi03-1116.htm

Ai còn ôm ấp tâm niệm ấy,
thì sự oán giận không thể nào hết.

Người kia lăng mạ tôi, đánh đập tôi,
phá hại tôi và cướp đoạt của tôi.
Ai bỏ được tâm niệm ấy,
thì sự oán giận tự nhiên san bằng.
(Kinh Pháp Cú, Phẩm Song yếu, Kệ số 3 và 4)[12]

Vì vậy, trong Phật giáo và các nước Phật giáo đều khuyến khích chánh quyền cho khung phạt cao nhất (ahimsa) là tội chung thân ban cho tội nhân mạng sống để có cơ hội cải thiện, cảm hóa tư tưởng và loại bỏ tội tử hình con người (himsa). Như Đức Phật trong thời quá khứ đã từng khuyên một vị vua:

"Đại vương nghĩ là đại vương có thể diệt trừ được tất cả tội ác bằng cách giết đi những kẻ tội phạm, tống giam, phạt tiền, khiển trách hay đày ải. Nhưng điều đó sẽ không bao giờ thành công mỹ mãn: luôn luôn sẽ có những kẻ sống sót, họ sẽ tiếp tục quấy rối vương quốc của Ngài và chống đối. Đại vương hãy dùng các phương án ahimsa bất hại."[13]

Vì sao Đức Phật khuyên tránh xa sự sát sanh?

Bạo lực, giết hại người không chỉ làm hại người khác, làm rối loạn cộng đồng, mà còn ảnh hưởng tạo nghiệp xấu cho người thực hiện, tạo nên sự bất an trong tâm và đưa đến thọ quả báo xấu trong hiện đời. Do đó, hành xử bất bạo động là bước đầu tiên trong hệ thống tu tập giới-định-tuệ của Phật giáo.

---

12 Kinh Pháp Cú, Phẩm Song yếu, Kệ số 3 và 4, Dịch Việt: Hòa thượng Thích Minh Châu, trang 20.
https://phatphapungdung.com/kinh-phap-cu-pham-song-yeu-cau-4-201977.html

13 Trường Bộ kinh I, kinh Kūṭadanta, tr 135 (bản dịch Anh ngữ của Hội Pali Text Society).
https://thuvienphatviet.com/thich-tue-sy-thich-nguyen-giac-dich-nen-tang-kinh-te-hoc-tu-cai-nhin-phat-giao/

Do sân hận, dùng vũ khí bạo động (himsa) lấy mạng người. (Ảnh: Internet)

2.3. Ahimsa Là Hủy Bỏ Hình Phạt Tử Hình

Tử hình: tử là chết, hình là hình phạt. Hình phạt cao nhất của pháp luật là bắt tội nhân phải chết bằng cách bắn súng, tiêm thuốc độc, treo cổ, quăng đá, chôn sống... cho đến khi chết. Đây là hình phạt đặc biệt áp dụng đối với người phạm tội nghiêm trọng, mất nhân tánh, những hành vi sai trái đạo đức (giết người, ma túy, hiếp dâm, chính trị...) cần loại bỏ ngoài xã hội và làm gương răn đe những người khác. Tùy Bộ luật Hình sự của mỗi nước quy định khung xử phạt là tử hình hay chung thân...

Tử hình là hình tượng của hình thức bạo động với lý lẽ "thực thi công lý" "giết người thì phải đền mạng", "mạng đền mạng" như là sự trả thù, nhưng như vậy thì trái với giới sát sanh, đức hiếu sinh, từ bi, vị tha, đạo đức và tinh thần bất bạo động (ahimsa) của Phật giáo.

Mạng người rất quý. Rất khó mới được thân người như kinh Phật thường kể trăm năm con rùa mù mới nổi trên mặt nước để tìm bộng cây nổi. Mỗi trăm năm mới nổi một lần, gió thổi bộng cây trôi qua Đông, qua Tây và mắt mù nữa không thấy bộng cây để bắt. Việc sanh làm kiếp người cũng khó như vậy.

Dân chúng biểu tình xin hủy bỏ án Tử Hình. (Ảnh: Internet)

Ngạn ngữ có câu: "Không có lỗi thì không phải con người" (Human is error). Cho dù phạm tội cực trọng, cũng nên cho tội nhân có cơ hội hối cải làm lại cuộc đời để phục vụ việc cộng đồng chuộc tội thì còn hữu ích hơn là bạo động xử chết.

Nhà Phật tin nhân quả và nhất là hành động theo Tứ Chánh Cần hay Tứ Chánh Đoạn (Catvari Prahanani)[14]:

– Tinh tấn ngăn ngừa những điều ác chưa sanh.

– Tinh tấn đoạn trừ những điều ác đã sanh.

– Tinh tấn phát sinh những điều thiện chưa sanh.

– Tinh tấn phát triển những điều thiện đã phát sinh.

Nếu chúng ta đối xử bạo động với tù nhân thì chúng ta cũng bị quả báo.

Tinh thần Nhân Quả vốn được xem là một chuẩn mực đạo đức của người Phật tử. Cái thiện sẽ được bảo vệ, cái ác sẽ được ngăn chặn, nếu mỗi người thấm nhuần tư tưởng Nhân Quả theo lời Phật dạy.

Có thể thoát khỏi pháp luật thế gian, có thể tự lừa dối lương tâm mình, nhưng chắc chắn không thể thoát khỏi luật Nhân Quả.

14 Tứ Chánh Cần hay Tứ Chánh Đoạn (Catvari Prahanani). https://phatgiao.org.vn/tu-dien-phat-hoc-online/ba-muoi-bay-pham-tro-dao-k27067.html#google_vignette

Vì như vậy, nên "Bồ tát sợ nhân, chúng sinh sợ quả", nghĩa là người có trí tuệ, hiểu sâu nhân quả thì sẽ sợ hành động tạo tác nghiệp xấu, còn người không hiểu luật Nhân Quả thì chỉ sợ bị trừng phạt (do nghiệp xấu chiêu cảm mà thành).

Nhưng dù sao đi nữa, biết sợ Nhân, sợ Quả, còn hơn là không biết sợ cái gì!

Một chuyện vua bị quả báo đọa địa ngục do phán tội tử hình một phạm nhân (tên cướp) như kinh Cakkavatti Sīhanāda, Đức Phật kể như sau:

"Trong chuyện Tiền thân Temiya, Đức Phật sinh làm một hoàng thái tử của nhà vua. Ngài được đưa đến chỗ phụ vương trong khi ông đang ngồi trên ghế thẩm phán kết án những kẻ tội phạm bằng những hình phạt tử hình. Không thể cho rằng sự kết án này là không đúng: nhà vua chỉ thực thi những bổn phận của mình.

Nhưng Đức Phật tương lai (hoàng thái tử) nhớ lại rằng trong một tiền kiếp Đức Phật cũng từng là một vị vua đã kết tội tử hình cho người khác, kết quả, Ngài đã phải chịu đau khổ trong địa ngục tám mươi ngàn năm."

Chánh văn truyện[15] như sau:

"Nhũ mẫu đưa Hoàng Tử Temiya đến hầu vua cha Bàrànasì, được vua yêu mến.

Khi đó có quân dẫn 4 tội nhân vào tâu để vua cha phân xử. Đức vua tuỳ tội nặng nhẹ mà phán đoán tử hình và phạt tù bốn tội nhân. Được nghe vua cha phán đoán, Hoàng Tử rất ghê sợ đối với hình phạt, Ngài liền hồi tưởng rằng: - "Ta từ đâu mà sanh lên đây", nhờ có trực giác Ngài biết được tiền kiếp (Jàtisasarannàna). Kế tiếp ta từ Đạo Lợi Thiên cung giáng sanh xuống.

- Ngài xét nghĩ thêm: " Trước kia ta ở đâu mà đến Đạo Lợi

15 Thập Độ, Temiya Jàtaka (Truyện Đức Temiya), Bồ tát tu hạnh Xuất Gia Ba-la-mật, Hộ Tông Tỳ Khưu (Vansarakkhita Maha Thera). https://www.budsas.org/uni/u-thapdo/thapdo-03.htm

Thiên cung". Ngài biết rằng từ địa ngục đồng sôi. Trước khi sa địa ngục là một Hoàng Đế tại thủ đô Bàrànasì này.

-Ngài bèn nghĩ rằng: Rồi đây khi ta trưởng thành sẽ kế vị vua cha, lên án tội nhân (xử trảm hay gông cùm, xiềng xích...), như thế ta sẽ sa địa ngục như kiếp trước chẳng sai.

Xét thấy vậy làm cho Ngài phát tâm chán nản, rất ghê sợ sự nghiệp Đế Vương."

Tử hình, lấy mạng người, mạng đền mạng, mới là công lý sao? (Ảnh: Internet)

Từ đó, Bồ tát hoàng tử Temiya (Đức Phật Thích Ca) tu hạnh Xuất Gia Ba-la-mật, tránh hành động tạo tác nghiệp nhân xấu himsa cho mọi người và vật dù đó là tội phạm.

Đạo Phật nhận thấy rằng tất cả mọi người về căn bản là chân thiện, và mục đích chính của Phật giáo là giáo dục, chuyển hoá, cải cách chứ không hủy diệt. Nếu có người bệnh, Đạo Phật cố gắng cứu chữa người đó khỏi căn bệnh hơn là tiêu diệt người mang bệnh. Đạo Phật xem những tội phạm là những người đang có vấn đề tâm thần kết hợp với sự không hiểu biết (vô minh).

Như thế, mục đích chính của Đạo Phật là tận trừ gốc rễ sự

không hiểu biết hơn là tiêu diệt người ngu dốt. Điều này có thể được thực hiện thông qua hệ thống giáo dục, chuyển hoá, cải cách đương sự, nói cách khác, giúp đỡ đương sự thấy đúng như thật sự việc đang là.

Trong Đạo Phật, có một câu nói: "Dẫu xây chín bậc phù đồ, chẳng bằng làm phước cứu cho một người".

Tóm lại, dựa vào những lời dạy cơ bản của Đức Phật từ kinh điển Phật giáo và tâm từ bao dung sáng suốt của những vị vua Phật giáo trong lịch sử Châu Á cổ đại như được đề cập ở trên, chúng ta hoàn toàn đồng tâm ủng hộ lời kêu gọi tới những nhà lãnh đạo các nước trên thế giới đang áp dụng án tử hình hãy bãi bỏ hình phạt này trong tinh thần từ bi vô lượng vô biên của Đạo Phật.[16]

2.4. Ahimsa Là Biểu Hiện Của Lòng Từ Bi

Ahimsa là biểu hiện của lòng từ bi. Vì trưởng dưỡng lòng từ bi, không huân tập tập-khí hung bạo, xấu ác làm cho người và vật tổn thương thân và tâm. Đức Phật xem mọi loài như con ruột, nên Ngài khuyên các đệ tử không được sát sanh hại vật trong bất cứ trường hợp nào. Trái lại, phải trân trọng giá trị thiêng liêng và bảo vệ sự sống của muôn loài.

---

16 Mời đọc trọn bài tham luận: Các Lời Dạy Căn bản của Đức Phật về Hình phạt Tử Hình, Sư cô Thích Nữ Giới Hương, Ph.D. ở cuối sách, phần phụ lục 2 của cuốn sách Bất Bạo Động này.

Người và vật đều có tánh Phật bình đẳng và thương yêu nhau. (Ảnh: Giác Ngộ Online)

Khi còn tại thế, Đức Phật lên án tập tục tế đàn của đạo Bà la môn (vì cúng thần, họ đã giết hàng chục, hàng trăm dê, cừu, bò), hoặc phê bình thú vui săn bắn của vua chúa, dân chúng. Bảo vệ, tôn trọng, nâng cao giá trị của sự sống là một khái niệm trọng tâm của đạo đức Phật giáo. Điều này được minh chứng trong kinh Từ Bi:[17]

"Nguyện cho mọi người và mọi loài đươc sống trong an toàn và hạnh phúc, tâm tư hiền hậu và thảnh thơi.

Nguyện cho tất cả các loài sinh vật trên trái đất đều được sống an lành, những loài yếu, những loài mạnh, những loài cao, những loài thấp, những loài lớn, những loài nhỏ, những loài ta có thể nhìn thấy, những loài ta không thể nhìn thấy, những loài ở gần, những loài ở xa, những loài đã sinh và những loài sắp sinh.

"Nguyện cho đừng loài nào sát hại loài nào, đừng ai coi nhẹ tính mạng của ai, đừng ai vì giận hờn hoặc ác tâm mà mong cho ai bị đau khổ và khốn đốn.

---

17 Kinh Thương yêu (Metta Sutta).
https://www.huongsentemple.com/index.php/vn/phat-phap/kinh-ta-ng-ca-a-cha-a-hs/6256-nghi-le-hang-ngay-20

Như một bà mẹ đang đem thân mạng mình che chở cho đứa con duy nhất, chúng ta hãy đem lòng từ bi mà đối xử với tất cả mọi loài.

Ta hãy đem lòng từ bi không giới hạn của ta mà bao trùm cả thế gian và muôn loài, từ trên xuống dưới, từ trái sang phải, lòng từ bi không bị bất cứ gì làm ngăn cách, tâm ta không còn vương vấn một chút hờn oán hoặc căm thù. Bất cứ lúc nào, khi đi, khi đứng, khi ngồi, khi nằm, miễn là còn thức, ta nguyện duy trì trong ta chánh niệm từ bi. Nếp sống từ bi là nếp sống cao đẹp nhất.

Không lạc vào tà kiến, loại dần ham muốn, sống nếp sống lành mạnh và đạt thành trí giác, hành giả sẽ chắc chắn vượt thoát khỏi tử sinh."

Từ bi là trạng thái tâm thức tốt đẹp nhất ở thế gian này, là một nghĩa khác của vô hại (ahimsa), Đức Phật khuyên các đệ tử thường quán bốn vô lượng tâm (*từ, bi, hỷ, xả*) mở rộng tình thương không hạn chế cho tất cả các loài hữu tình dù biết hay không biết ở khắp mười phương (*Đông, Tây, Nam, Bắc; Đông nam, Tây nam, Đông bắc, Tây bắc, Trên và Dưới*).

Vì tâm lý 'Ai ai cũng sợ gươm đao, ai ai cũng sợ sự chết', thế nên lấy lòng mình suy lòng người, chớ giết, chớ bảo giết. Vả lại, Đức Phật dạy chúng sanh mỗi loài tùy báo nghiệp khác nhau, nhưng vẫn đồng tánh thể. Loài vật chúng cũng biết no, đói, tránh khổ, cầu an... như con người. Thế nên, giết một con vật như gà, vịt, heo, dê cho đến con sâu, con kiến là sát hại Phật tánh, là giết hại một mạng sống, nên Đức Phật dạy rằng:

Hận thù diệt hận thù
Đời này không thể có
Từ bi diệt hận thù
Là định luật thiên thu.

Và người khác không biết
Chúng ta đây bị hại

Chỗ ấy, ai hiểu được
Tranh luận được lắng êm.
(Kinh Pháp Cú, Phẩm Song yếu, Kệ số 5 và 6)[18]

Khi ta giết một người hay một con vật thì sự oán hận của họ tràn trề khó dập tắt được. Họ vì cô thế, vì yếu sức nên bị ta giết hại, nên họ sẽ ôm lòng căm hận, chờ gặp dịp báo thù. Thế nên, đừng vì miếng ăn ngon chút tấc lưỡi, đừng vì thú vui ham săn bắn mà gieo oán thù chập chùng. Trái lại, nên phóng sanh, thí vật, tức thi ân báo oán, oán tức tiêu tan.

Thế nên, từ bi, bất bạo động, bao dung, cho ta sức mạnh tinh thần để chống lại bất kỳ động cơ nào đưa đến hành xử sai trái.

Sư ông Nhất Hạnh trong cuốn "Thương Yêu theo Phương Pháp Bụt dạy"[19] kể rằng có một hôm, một số các thầy tới báo cáo cho Bụt biết là khu rừng các vị cư trú có những lực lượng ma quái quấy nhiễu. Các thầy hỏi Bụt làm sao để cho khu rừng đó yên ổn. Bụt dạy rằng chắc những loài sống trong khu rừng đó đang đau khổ, đang tự làm khổ mình và trong khi tự làm khổ mình thì họ làm khổ người. Vậy thì các thầy nên thực tập Từ Bi quán. Thực tập Từ Bi quán thì năng lượng của Từ và Bi sẽ thấm nhuần trong các thầy, thấm nhuần luôn tới các vị đó. Do cơ hội này mà Bụt dạy Kinh Thương Yêu (Mettasutta). Các thầy đã đem kinh về tụng và thực tập. Mấy tháng sau khu rừng đó được yên ổn. Năng lượng Từ Bi trong các thầy đã lưu lộ; các thầy chấp nhận được và hiểu được những nỗi khổ đau của những loài kia, và những loài kia, do đó được thấm nhuần Từ và Bi. Các loài kia được nghe Kinh Thương Yêu, cũng đã thực tập. Khu rừng trở nên một khu rừng rất êm mát, hạnh phúc, nhờ sự có mặt của các vị khất sĩ và nhờ sự thực tập Kinh Thương Yêu của các

---

18 Kinh Pháp Cú, Phẩm Song Yếu, Kệ số 5 và 6, Hòa thượng Thích Minh Châu dịch.
https://www.nguyenthuychonnhu.net/index.php/bdt/1355-1-lgtkpc-2-dt
19 Thích Nhất Hạnh, Thương Yêu theo Phương Pháp Bụt dạy.
https://langmai.org/tang-kinh-cac/vien-sach/thien-tap/thuong-yeu-theo-phuong-phap-but-day/chuong-ii-bai-thuc-tap-thu-nhat/nang-luong-tu-bi/

vị khất sĩ đó. Đây là trường hợp Kinh Thương Yêu đã được nói. Khi ta thực tập Từ Bi quán, ta làm cho thân tâm ta nhẹ nhàng, thoải mái và an lạc; ta cũng làm cho hoàn cảnh, môi trường của ta thấm nhuần năng lượng Từ và Bi trở thành êm dịu, tươi mát và có hạnh phúc.

2.5. Ahimsa Là Phóng Sanh Tha Mạng

Sinh mạng con người hay loài vật rất quý, vì tánh Phật bình đẳng giữa muôn loài vạn vật như Đức Phật thường dạy: "Phật chúng sanh tánh thường rỗng lặng. Ta là Phật đã thành, chúng sanh là Phật sẽ thành" hay "Bình Đẳng Giác ngộ khắp hết thảy chúng sanh."[20]

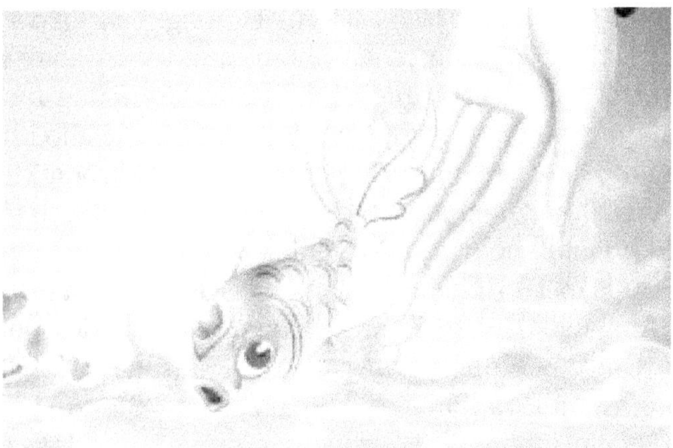

Cá vui mừng được về lại với biển cả. (Ảnh: Internet)

Kinh Phạm Võng dạy rằng: Người Phật tử xem chúng sinh

20 Phật Thuyết Đại Thừa Vô Lượng Thọ Trang Nghiêm Thanh Tịnh Bình Đẳng Giác Kinh, Nguyên Hán bản: Ngài Hạ Liên Cư(hội tập), Việt dịch: HT. Thích Đức Niệm & Cư sĩ Minh Chánh, NXB Tôn Giáo, Hà Nội, PL 2553, Dl 2009.
https://ph.tinhtong.vn/Home/Doc/phuc-giang-kinh-vo-luong-tho-lan-2-co-luuto- van-000037?t=4

trong sáu đường đều là cha mẹ nhiều đời của mình. Nếu thấy người sắp giết hại súc vật hãy tìm phương tiện để giải cứu, khiến cho chúng được thoát khổ nạn, cảnh giam cầm được trở về môi trường sống của mình.[21] Luận Đại Trí Độ[22] xác định: "Trong tất cả các công đức, phóng sinh là công đức lớn nhất."

Tha mạng, phóng sinh phải xuất phát từ lòng từ bi và được thực hiện trong mọi lúc. Ví dụ gặp cướp đang muốn giết người, ta tìm cách cứu; báo chánh quyền khi thấy người bắt cóc lấy nội tạng bán; thấy một đàn kiến, đàn chó bị nước cuốn trôi, ta thả một cành cây để giúp chúng thoát nạn; trên đường gặp con nai, đàn gà vịt, heo, bò băng ngang, ta dừng xe lại nhường đường cho chúng được an toàn, v.v...

Phóng sinh, tha mạng, xuất phát từ lòng từ bi, mục đích là ban tặng sự sống cho con người và muôn vật sắp bị mất mạng. Nên phóng sinh, tha mạng là phải nhanh chóng đưa những con người, con tin (bị bắt cóc) và loài vật thoát khỏi cái chết trở về với môi trường sống của chúng một cách an toàn mà không cần phải câu nệ hình thức.

Phóng sanh, tha mạng là việc nên làm với lòng từ tâm của tất cả mọi con người, huống chi lại làm việc xâm phạm tánh mạng và tổn thương loài vật.

2.6. Ahimsa Trong Ăn Chay

Ăn chay là một phương pháp để nuôi dưỡng ahima, tính vô hại, đặc biệt cho loài vật. Ai cũng có tâm từ bi dù ít hay nhiều, thương người, thương vật, thương đồng loại, thương hoàn cảnh môi trường sống, ... Chúng ta không muốn tổn thương và xâm

21 Kinh Phạm Võng, Việt dịch: Hòa thượng Thích Trí Tịnh, San Antonio, 2024.
https://www.daotranglienhoa.com/wp-content/uploads/2023/08/kinh_pham_vong.pdf

22 Luận Đại Trí Độ (Mahàprajnàparamitàsatra), Nàgàrjuna (Long Thọ), dịch Phạn ra Hán: Cưu Ma La Thập, dịch Hán ra Việt: Thích Thiện Siêu, Viện Nghiên Cứu Phật Học Việt Nam Ấn hành, 1997.
https://phatphapungdung.com/phap-bao/luan-dai-tri-do-70088.html

phạm đời sống của loài vật, nên nhiều người phát tâm ăn chay, giữ giới nhà Phật.

Các món chay tịnh, thanh khiết, bổ dưỡng, không xâm phạm thân thể của loài vật. (Ảnh: Internet)

Mỹ đã thống kê[23] một năm có khoảng 200 triệu ha cây cối, rừng bị phá đi để trồng hoa màu cho súc vật ăn, sau đó chế biến thực phẩm hay một đĩa rau thành phẩm chỉ xài khoảng 20 lít nước, nhưng một đĩa thịt thì phải tốn cả ngàn lít nước trong thời gian nuôi dài, chế biến,...

Theo các nhà tâm lý học, khi các con vật trong lò mổ, bị giết lấy thịt, đứng trước sự sống - chết, chúng rất sân giận, sợ hãi, lo lắng, bất ổn..., ngay trong lúc đó, chúng tiết ra những độc tố của tâm oán thù. Nếu chúng ta ăn thịt chúng thì chúng ta cũng dễ bị ảnh hưởng tâm sân hận của chúng. Vì vậy, nên ăn chay là bảo vệ sức khỏe cho thân thể của mình, trong sáng, không bị độc tố sân hận của thức ăn xâm lấn.

23 Vũ Phượng, Ăn chay trong Phật giáo có ý nghĩa gì, có phải tích đức nhiều hơn? https://thanhnien.vn/an-chay-trong-phat-giao-co-y-nghia-gi-co-phai-tich-duc-nhieu-hon-185230629123517591.htm

2.7. Ahimsa khiến Thân Khỏe Mạnh, Không Bịnh Tật

Kinh Tiểu kinh Nghiệp phân biệt[24], Đức Phật nói với thanh niên Tô Đề Đa Tử (Subha Todeyyaputta) về nguyên nhân của bịnh là do nghiệp sát (himsa) như sau:

"Ở đây, này Thanh niên, có người đàn bà hay người đàn ông, sát sanh, tàn nhẫn, tay lấm máu, tâm chuyên sát hại đả thương, tâm không từ bi đối với các loại chúng sanh. Do nghiệp ấy, thành đạt như vậy, thành tựu như vậy, sau khi thân hoại mạng chung, bị sanh vào cõi dữ, ác thú, đọa xứ, địa ngục. Nếu sau khi thân hoại mạng chung, người ấy không sanh vào cõi dữ, ác thú, đọa xứ, địa ngục, nếu được đi đến loài Người, chỗ nào người ấy sanh ra, người ấy phải đoản mạng. Con đường ấy đưa đến đoản mạng, này Thanh niên, tức là sát sanh, tàn nhẫn, tay lấm máu, tâm chuyên sát hại đả thương, tâm không từ bi đối với các loài hữu tình.

Nhưng ở đây, này Thanh niên, có người đàn bà hay đàn ông, từ bỏ sát sanh, tránh xa sát sanh, bỏ trượng, bỏ kiếm, biết tàm quý, có lòng từ, sống thương xót đến hạnh phúc tất cả chúng sanh và loài hữu tình. Do nghiệp ấy, thành đạt như vậy, thành tựu như vậy, sau khi thân hoại mạng chung, người ấy được sanh vào thiện thú, Thiên giới, ở đời. Nếu sau khi thân hoại mạng chung, người ấy không sanh vào thiện thú, Thiên giới, ở đời, nếu người ấy đi đến loài Người, chỗ nào người ấy sanh ra, người ấy được trường thọ. Con đường ấy đưa đến trường thọ, này Thanh niên, tức là từ bỏ sát sanh, tránh xa sát sanh, bỏ trượng, bỏ kiếm, biết tàm quý, có lòng từ, sống thương xót đến hạnh phúc tất cả chúng sanh và loài hữu tình."

Như vậy, bịnh là do thói quen (nghiệp) làm đau đớn và tổn hại các loài động vật, và tử vong khi có bệnh là do tánh hay lấm máu, sát hại các loài chúng sanh. Ngược lại, người có thiện nghiệp như hiếu sanh, vị tha, thương yêu các loài hữu tình sẽ không hoặc ít mắc bệnh, khỏe mạnh và trường thọ và chỉ có sự

---

24 Trung Bộ Kinh (Majjhima Nikaya),135. Tiểu kinh Nghiệp phân biệt (Cùlakammavibhanga sutta)
https://www.budsas.org/uni/u-kinh-trungbo/trung135.htm

tu tập, chỉ có thiện nghiệp, chuyển nghiệp mới tự cứu chúng ta!

Sự gia trì Giới Bất sát (ahimsa) có thể tiêu tật bịnh và thành tựu nguyện vọng như Kinh Ước Nguyện (Trung Bộ),[25] Đức Phật dạy lợi ích do giữ giới luật như sau:

"Các Tỷ-kheo, hãy sống đầy đủ giới hạnh, đầy đủ giới bổn, sống phòng hộ với sự phòng hộ của giới bổn, đầy đủ uy nghi chánh hạnh, thấy sự nguy hiểm trong các lỗi nhỏ nhặt, chơn chánh lãnh thọ và học tập các học giới."

Này các Tỷ-kheo, nếu Tỷ-kheo có các ước nguyện rằng:

"Mong rằng ta được các đồng phạm hạnh thương mến, yêu quý, cung kính và tôn trọng!"

"Mong rằng ta được các vật dụng như y phục, các món ăn khất thực, sàng tọa và các dược phẩm trị bệnh!"

"Mong rằng ta nay hưởng thọ các vật dụng như y phục, các món ăn khất thực, sàng tọa và các dược phẩm trị bệnh! Mong rằng hành động của những vị tạo ra các vật dụng ấy được quả báo lớn, được lợi ích lớn!"

"Mong rằng những bà con huyết thống với ta, khi họ chết và mệnh chung, nghĩ (đến ta) với tâm hoan hỷ (và nhờ vậy) được quả báo lớn, lợi ích lớn!"

"Mong rằng ta nhiếp phục lạc và bất lạc, chớ không phải bất lạc nhiếp phục ta. Mong rằng ta sống luôn luôn nhiếp phục bất lạc khởi lên!"

"Mong rằng ta nhiếp phục khiếp đảm và sợ hãi, chớ không phải khiếp đảm và sợ hãi nhiếp phục ta! Mong rằng ta sống luôn luôn nhiếp phục khiếp đảm và sợ hãi khởi lên!..."

Tỷ-kheo ấy phải thành tựu viên mãn giới luật, kiên trì, nội tâm tịch tĩnh, không gián đoạn Thiền định, thành tựu quán hạnh, thích sống tại các trú xứ thanh tịnh thì các ước nguyện như trên

---

25 Trung Bộ, 6. Kinh Ước Nguyện (Ākaṅkheyyasutta), Hòa Thượng Thích Minh Châu dịch.
https://suttacentral.net/mn6/vi/minhchau?lang= en&reference= none&highlight=false

sẽ được thành tựu như nguyện.

Giới luật là thiện pháp, là đạo đức của mọi người. Hãy lấy thiện pháp chuyển hóa ác pháp. Ác pháp là những nghiệp báo của thiên tai, lũ lụt, hỏa hoạn, động đất, sóng thần, bệnh tật, tai ương, đại dịch…

Cho nên, đức Phật dạy muốn ước nguyện được bình an, không bệnh tật, không tai nạn, muốn y phục đầy đủ, muốn chết sanh cõi an lành, muốn chế ngự được sợ hãi thì mỗi người chúng ta phải giữ gìn nghiêm túc giới luật, đặc biệt giới bất sát (ahimsa). Pháp của Phật rất thực tế, cụ thể, hiện tại và bây giờ. Kết quả sẽ thấy ngay liền những ước nguyện viên mãn từ oai lực của trì giới luật.

2.8. Ahimsa Trong Nghiệp Báo, Nhân Quả

Nghiệp báo: "Nghiệp" (kamma, karma) là hành động của thân (việc làm), khẩu (lời nói), ý (ý nghĩ, tác ý, cố ý). "Báo" là kết quả theo sau nghiệp như bóng với hình. Do gây nghiệp nhân (tốt, xấu) thì sẽ gặp nghiệp quả tương ưng (an lạc, đau khổ).

Nhân quả: "Nhân" là nguyên nhân (hạt giống), "quả" là kết quả, hậu quả (trái cây). Gieo nhân như thế nào sẽ sinh ra quả như thế đó. Ví dụ như nhân thiện thì ra quả tốt lành, nhân xấu thì gặp tai họa, giống như gieo hạt xoài sẽ gặt quả xoài, gieo hạt ớt thì gặt ớt cay. Đây là luật nhân quả luôn diễn ra theo quy luật tương ứng của chúng.

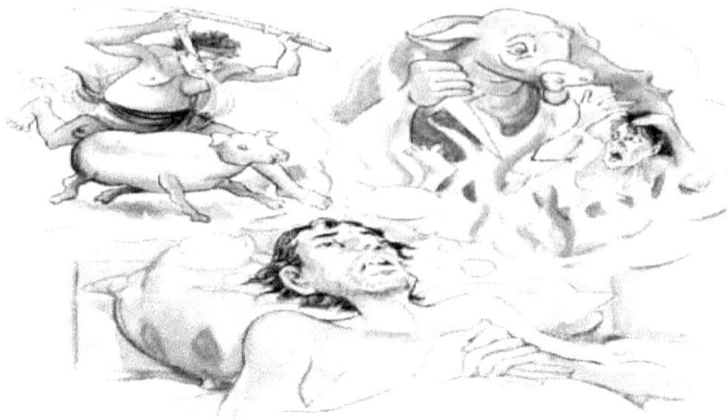

Nhân: giết heo và quả: bị heo đòi mạng.
(Ảnh: Giác Ngộ Online)

Kinh Trung bộ,[26] Đức Phật cho biết: "*Với thiên nhãn thanh tịnh, siêu nhiên, vượt tri kiến phàm tục, ta thấy cách chúng hữu tình sinh tử như thế nào. Ta thấy rõ cao quý hay hạ liệt, thông minh hay ngu si, mỗi chúng sinh được tái sinh cõi lành hay cõi dữ tùy theo hạnh nghiệp của mình, và ta biết rõ: Những ai đã tạo ác nghiệp về thân, khẩu, ý, sau khi thân hoại mạng chung sẽ tái sinh vào khổ cảnh, vào đọa xứ, địa ngục. Song những ai tạo thiện nghiệp về thân, khẩu, ý sẽ được tái sinh vào cõi lành, lên thiên giới.*"

Cũng vậy, nếu gieo nhân bất bạo động (ahimsa) thì sẽ tái sanh về cõi lành. Ngược lại, gieo nhân giết hại (himsa), giết đồng loại, phải gánh chịu nhiều thống khổ, đọa đày lâu dài trong địa ngục như Tương Ưng Bộ Kinh[27] có kể một câu chuyện như sau:

"Một thời, Thế Tôn trú ở Ràjagaha. Lúc bấy giờ, Tôn giả

26 Tăng Chi Bộ (Anguttara Nikaya), Chương III - Ba Pháp. XI. Phẩm Chánh Giác, Dịch Việt: Hòa thượng Thích Minh Châu.
https://www.budsas.org/uni/u-kinh-tangchibo/tangchi03-1116.htm

27 Đại Tạng Kinh Việt Nam, Tương Ưng II, chương 8, phẩm 1, phần Đống xương [lược], VNCPHVN ấn hành, 1993, tr.445.
https://ngaynay.vn/phatgiao/loi-phat-day-ve-qua-bao-dang-so-cua-nghiep-giet-hai-chung-sanh-post123743.html

Lakkhana và Tôn giả Moggallàna trú ở núi Linh Thứu. Rồi Tôn giả Moggallàna khi từ núi Linh Thứu bước xuống, đi qua một chỗ, liền mỉm cười.

Thấy vậy, sau khi khất thực xong, hai vị đi đến đảnh lễ Thế Tôn, Tôn giả Lakkhana hỏi Tôn giả Moggallàna: Do nhân gì, duyên gì khi từ núi Linh Thứu bước xuống, Tôn giả lại mỉm cười?

- Này Tôn giả Lakkhana, khi tôi từ núi Linh Thứu bước xuống, tôi thấy một bộ xương đang đi trên trời. Các con kên kên, quạ và chim ưng đuổi theo cắn mổ nó và nó kêu lên đau đớn. Thấy vậy, tôi suy nghĩ như sau: "Thật vi diệu thay! Một kẻ như vậy lại trở thành một chúng sanh như vậy, một dạ xoa như vậy, một tự ngã như vậy."

Rồi Thế Tôn gọi các Tỳ kheo:

Chúng sanh ấy, này các Tỷ kheo, là một đồ tể giết trâu bò ở Ràjagaha này. Do nghiệp của người đó thuần thục, sau khi bị nung nấu trong địa ngục nhiều năm, nhiều trăm năm, nhiều ngàn năm và với quả báo còn lại, người đó cảm thọ với một tự ngã như vậy."

Dùng vũ khí bạo động giết người, hại vật, thì bị quả báo chịu thống khổ dưới địa ngục. (Ảnh: Giác Ngộ Online)

Qua câu chuyện chúng ta thấy tội báo của nghiệp nhân giết

hại chúng sanh, nhất là hành vi giết người phải gánh chịu nhiều thống khổ, đọa đày lâu dài trong địa ngục.

Trong kinh Lăng Nghiêm[28] dạy, sau khi chịu khổ chính nơi địa ngục rồi, chúng sanh còn những dư báo (chưa trả hết) thì phải bị đọa vào loài ngạ quỷ, súc sanh chịu quả tiếp hoặc tái sanh làm người nhưng bị tàn tật, tai nạn, đoản thọ, bệnh tật đau đớn thân thể để trả quả chúng ta tạo nghiệp sát, hại mạng người và loài vật. Nhân quá khứ ảnh hưởng hiện tại và nhân hiện tại ảnh hưởng tương lai.

Cho nên, người giữ ahimsa, bất hại, thì sẽ tránh được nghiệp báo nhân quả xấu và do luôn tôn trọng bảo vệ sự sống, thực tập phóng sanh, ăn chay, bố thí thì sẽ được phước báo tốt đẹp cho đời này và đời sau.

2.9. Ahimsa Trong Bổn Sanh Và Tiểu Bộ Kinh

Một hôm, Tôn Giả Phú Lâu Na (Punna) xin Đức Phật đến xứ Surapatanta hung dữ bạo lực, dùng ahimsa để cảm hóa họ.[29]

- Bạch Thế Tôn, xin cho con được đến nước Du Lô Na (Surapatanta) để hoằng pháp!

- Phú Lâu Na! Thầy nên biết, Du Lô Na là một nước nhỏ ở

28 Kinh Thủ Lăng Nghiêm, Hán dịch: Bát Thích Mật Đế, Việt Dịch: Cư Sĩ Tâm Minh Lê Đình Thám, Nhà xuất bản Tôn Giáo, Hà Nội, 2000.
https://www.huongsentemple.com/LuanHoiTrongLangKinhLangNghiem.pdf

29 Thập Đại Đệ Tử Truyện.
https://thuvienhoasen.org/a10416/03-ton-gia-phu-lau-na
Các nguồn tư liệu cung cấp cho tập sách này chính yếu là Tam Tạng mà cốt lõi là Tạng Kinh (Sutta Piṭaka) gồm bốn bộ: Dīgha Nikāya (Trường Bộ Kinh), Majjhima Nikāya (Trung Bộ Kinh), Saṃyutta Nikāya (Tương Ưng Bộ Kinh), và Aṅguttara Nikāya (Tăng Chi Bộ Kinh), đặc biệt là cuốn Etadaggavagga, thuộc Tăng Chi Bộ Kinh, trong đó Đức Phật liệt kê tám mươi vị đệ tử "Bậc Đệ Nhất". Ngoài ra, Tạng Kinh còn có tuyển tập Khuddaka Nikāya (Tiểu Bộ Kinh) trong đó đặc biệt có hai tuyển tập Theragāthā (Trưởng Lão Tăng Kệ) và Therīgāthā (Trưởng Lão Ni Kệ) kể về đời tu hành của các đại đệ tử dưới dạng vần kệ. Các bộ kinh nổi tiếng khác như Jātaka (Kinh Bổn Sanh hay Chuyện Tiền Thân Đức Phật), Dhammapada (Kinh Pháp Cú)
https://theravada.vn/dai-de-tu-phat-loi-gioi-thieu/

xa xôi hẻo lánh. Dân chúng ở đó hầu hết là lỗ mãng, hung dữ và quen tính bạo đông. Người ở các nơi khác, một khi đã đến nơi đó thì khó có ai hy vọng giữ toàn tính mạng trở về. Nay thầy đến đó, Như Lai sợ sẽ xảy ra chuyện nguy hiểm chăng!

Đức Phật và Tôn giả Phú Lâu Na. (Ảnh: Giác Ngộ Online)

Nhưng tôn giả cương quyết thưa:

- Bạch Thế Tôn! Con rất cảm kích ân đức của Thế Tôn lo cho con, nhưng con muốn xả thân dùng tâm bất hại (ahimsa) để đến cảm hóa họ.

Đức Phật vô cùng hoan hỉ đối với tinh thần "vì pháp quên mình" của Phú Lâu Na, nhưng vì để cổ lệ thêm tinh thần cho đại chúng. Ngài tiếp tục hỏi tôn giả:

- Phú Lâu Na! Thầy nói đúng lắm! Phàm là đệ tử của Như Lai thì phải lấy sự hoằng hóa làm một trong những điều trọng yếu của công phu tu tập, nhưng nay thầy đi đến xứ Du Lô Na giáo hóa, nếu dân chúng ở đó không chịu tiếp nhận sự giáo hóa của thầy, mà còn mắng chửi thầy thì sao?

- Bạch Thế Tôn! Nếu họ chỉ mắng chửi con thì con nghĩ họ vẫn còn là người tốt chứ chưa đến nỗi dã man lắm đâu, vì họ chưa dùng đến gậy gộc để đánh con.

- Nhưng nếu họ dùng gạch đá ném thầy, hay dùng gậy gộc đánh thầy thì sao?

- Bạch Thế Tôn! Con nghĩ họ vẫn còn là người tốt vì họ chưa dùng đến dao kiếm để đâm cho con bị thương tích nặng.

- Nhưng nếu họ dùng dao kiếm để đâm thầy đến bị thương tích nặng thì sao?

- Bạch Thế Tôn! Nếu chỉ có thế thì con nghĩ họ vẫn là người tốt, vì dù sao thì họ vẫn còn chút ít nhân tính, chưa đến nỗi giết con chết một cách thảm khốc.

- Nhưng nếu họ giết chết thầy thì sao?

- Bạch Thế Tôn! Nếu điều này xảy ra thì con lại càng cám ơn họ, vì giết chết cái sắc thân này của con tức là họ giúp con vào cảnh giới niết bàn, cũng như giúp con dùng thân mạng này để báo đáp thâm ân của Thế Tôn. Sự việc này nếu xảy ra thì đối với con không phải là điều chướng ngại, quan trọng cho họ thấy dù họ bạo động (himsa) với con, nhưng con vẫn dùng tinh thần ahimsa, bất hại và bất bạo động để đối xử họ.

Đức Phật khen ngợi:

- Phú Lâu Na! Thầy quả thật xứng đáng là một vị đệ tử lớn của Như Lai. Bất cứ là tu tập hay hoằng hóa, thầy đều học được đức tính nhẫn nhục, bất hại (ahimsa) của Như Lai. Tâm và cảnh ở trong tự thân thầy lúc nào cũng tĩnh lặng. Bây giờ thì thầy đi được rồi, Như Lai và đại chúng đưa thầy lên đường.

Được đức Phật khích lệ, tôn giả vô cùng cảm động, quyết tâm vững chải giữ ahimsa, không gì lay chuyển. Tôn giả đảnh lễ đức Phật và lên đường đi Du Lô Na ...

2.10. Đức Phật Dùng Ahimsa Để Hóa Giải Hai Bộ Tộc Chiến Tranh Vì Giành Dòng Sông

Một thời, Đức Phật đang ở thành Xá-vệ. Sau khi mãn hạ, Ngài nghe tin về một vụ tranh chấp đưa đến bạo động (himsa), dùng vũ khí tiêu diệt lẫn nhau để giành con sông biên giới giữa hai bộ tộc do các vua dòng họ Thích là hoàng đế Ma-ha-na-ma và vua Thiện Giác cai trị.

Đức Phật dùng ái ngữ và tinh thần bất bạo động để thương thuyết. (Ảnh: Chùa Hoằng Pháp)

Bộ tộc nào cũng muốn xây đê để ngăn cho dòng nước chảy về bộ lạc của mình. Việc tranh chấp nguồn nước càng trở nên gay cấn hơn. Cuối cùng, cả hai nước đều đã chuẩn bị binh lực, sẵn sàng nổ ra chiến tranh. Nghe biết sự việc, đức Phật quyết định dùng nguyên tắc ahimsa (bất bạo động, vô hại) đến thương thuyết can ngăn hai vua, bởi cả hai vị này đều là người thân của Phật.

Phật chọn một nơi thích hợp rồi cho mời cả hai vua và quan quân đến. Ngài nói với họ[30] rằng: "Trong lúc nắng hạn như thế này thì nguồn nước sông quả là vô cùng quý giá. Nhưng hai vua nên biết rằng, có một thứ nước còn quý hơn nhiều: đó là máu trong cơ thể. Hai Ngài không thể vì tranh chấp nước dưới sông mà làm chảy mất dòng máu trong cơ thể của nhân dân hai nước. Sự đánh đổi như vậy là thiếu khôn ngoan và không hợp lý. Bởi vì, chúng ta sợ mất mùa, đói kém, tức là sợ dẫn đến cái chết. Nhưng gây ra chiến tranh tức là tìm đến cái chết còn nhanh hơn nữa."

Chờ cho hai vua và quan quân nhận hiểu đầy đủ những điều vừa nói, rồi Phật mới ôn tồn nói tiếp:

"Cách giải quyết tốt nhất hiện nay là phải biết nhường nhịn,

30 Truyện Phật Thích-ca, Đoàn Trung Còn biên soạn, Nguyễn Minh Tiến hiệu đính, Hồi thứ ba, 48. Phật Giảng Hòa Hai Nước. https://www.adidaphat.net/pubs/kinhdien.aspx?ID=1004

cùng nhau chia sẻ đồng đều nguồn nước hiện còn. Nếu hạn hán kéo dài đến mức khô cạn nước sông, thì điều đó phải được hiểu là một tai họa chung, hai nước phải cùng nhau chịu đựng. Không nên vì muốn giành phần sống về mình mà nhẫn tâm nhìn người khác chết.

Tuy nhiên, vấn đề không đến mức nghiêm trọng như vậy, vì theo lịch sử ghi nhận thì con sông này chưa bao giờ cạn, bởi nó bắt nguồn từ tận trên dãy Hy-mã-lạp sơn phong phú. Hai bộ tộc hãy cố kiên trì chịu đựng trong tình thân hữu, điều đó sẽ khiến cho vấn đề trở nên nhẹ nhàng hơn nhiều."

Sau khi nghe Phật giảng hòa hợp lý, cả hai bộ tộc đều biến tâm hận thù thành tâm tha thứ, nhường nhịn, chia sẻ như anh em một nhà. Họ vui vẻ buông bỏ vũ khí gươm đao (himsa) tranh chấp xuống và cùng nhau chia sẻ nguồn nước một cách hợp lý.

Quả nhiên, hạn hán đã không làm khô kiệt nước sông. Và nhờ sự giảng hòa bằng cách dùng nguyên lý ahimsa của Phật làm nền tảng xây dựng hòa bình, nên cuộc chiến tranh đẫm máu đã được ngăn chặn.

Đức Phật dùng ahimsa giảng hòa hai bên.
(Ảnh: Giác Ngộ Online)

Chánh văn trong Kinh Tiểu bộ cũng kể như sau: Con sông Rohini chảy giữa hai thành phố Kāpilavatthu (Ca Tỳ La Vệ) và

Koliyā (Câu Ly), nó được ngăn bằng một con đê duy nhất, nhờ đó dân chúng hai bên có nước canh tác. Vào khoảng từ tháng 5 đến tháng 6, nước sông khan hiếm trong khi lúa lại bắt đầu trổ bông, nên dân chúng hai bên đều lo lắng. Nếu người dân ở cả hai thành đều bơm nước vào ruộng của mình, sông Rohini sẽ không đủ nước để cung cấp cho cả hai bên, do vậy bên nào cũng muốn giành phần hơn. Họ tranh cãi nảy lửa với nhau, không bên nào kiềm chế được, cuối cùng dẫn đến ẩu đả. Sự việc đến tai người lãnh đạo, thế là các vị vua cũng tham gia vào việc tranh giành nước sông Rohini bằng vũ khí. Đức Phật biết tin, đích thân Ngài đến biên giới hai nước để giải hòa. Khi thấy Phật, người dân hai bên đều bỏ vũ khí xuống. Đức Phật hỏi:

- Nước sông, đất và mạng sống con người, cái nào là quý nhất?

Các vua đáp:

Thưa Thế Tôn, mạng người là quý nhất.

Phật nói:

- Vậy tại sao chỉ vì một chút nước mà các vị lại hủy diệt lẫn nhau?

Sau đó, đức Phật phân tích sinh mạng của con người là quý hơn tất cả vật chất trên thế gian này. Lúc ấy, các vị vua và dân chúng đã nhận ra lẽ thật, hoan hỷ với nhau và không tranh giành đánh nhau.[31]

2.11. Đức Phật Dạy Về Chiến Tranh Và Thắng Trận

Kinh Hai Lời Nói Về Chiến Tranh[32] đã kể rằng một lần, vua Ba-tư-nặc Pasenadi xứ Kosala đem quân đánh nhau với cháu của mình là vua A-xa-thế (Ajātasattu), xứ Ma-kiệt-đà (Magadha) bị bại trận. Đức Phật hay tin cuộc chiến "cốt nhục tương tàn" (gia

31 Kinh Tiểu Bộ, bài kinh số 536, chuyện Chúa Chim Kunāla.
https://thuvienhoasen.org/a30192/duc-phat-thich-ca-bieu-tinh-bat-bao-dong-

32 Kinh Tập (SN-Suttanipata), Chương 3: Tương Ưng Kosala, II: Phẩm Thứ Hai, 3.14–15, Hai Lời Nói Về Chiến Tranh.
https://suttacentral.net/sn3.14/vi/minh_chau?lang=en&reference=none&highlight=false

đình hại nhau) và đã dạy rằng:

Thắng trận sanh thù oán
Bại trận nếm khổ đau
Ai bỏ thắng bỏ bại
Tịch tịnh hưởng an lạc.

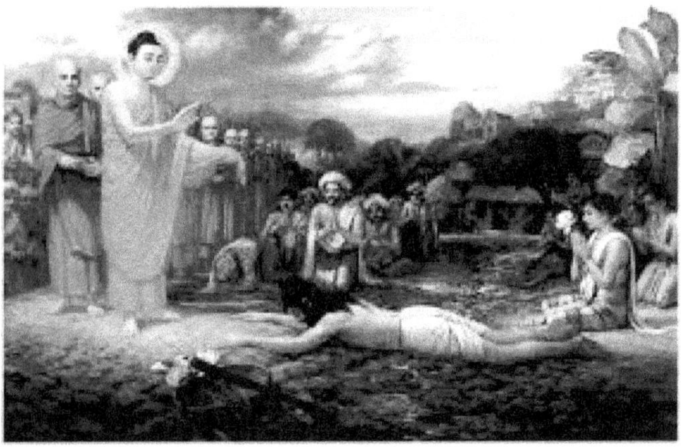

Đức Phật phân tích hậu quả của thắng thua.
(Ảnh: Giác Ngộ Online)

Sau này, vua Ba-tư-nặc đem quân hùng mạnh hơn tới đấu với vua A-xà-thế và chiến thắng. Vua bắt được vua A-xà-thế cùng toàn bộ binh mã, tượng binh, xa binh, Đức Phật nghe tin và đã dạy như sau:

"Vì nghĩ đến tư lợi,
Nên mới cướp hại người,
Khi người khác cướp hại,
Bị hại, lại hại người.
Người ngu nghĩ như vậy,
Khi ác chưa chín muồi,
Khi ác đã chín muồi,

Người ngu chịu khổ đau.

Sát người bị người sát
Thắng người bị người thắng
Mắng người, người mắng lại
Não người, người não lại
Do nghiệp được diễn tiến
Bị hại, lại hại người."

Thắng thua, thăng trầm, được mất... xoay vần trong vòng nhân quả, ân oán. Tốt nhất là dùng lòng từ bi (ahimsa) để chấm dứt đau binh.

2.12. Tướng Cướp Vô Não (Angulimala) Trở Thành Bậc Thánh Ahimsa

Đệ tử của Đức Phật gồm đủ loại giai cấp bao gồm cả dâm nữ Ma-đăng-già, người gánh phân Ưu-ba-li, tướng cướp Vô-não (Angulimala) đều được bình đẳng xuất gia, dự hàng Tăng bảo và chứng quả. Trong đây, đặc biệt là chàng Vô Não vốn sống trong bạo động, cướp bóc, sát hại dân vô tội, nhưng khi gặp Đức Phật khai thị trở về thành người Tăng sĩ tu tập hiền lương, thánh nhân thanh tịnh và có thể gia trì, mang lại hạnh phúc cho người bị nạn.

Câu chuyện Tướng Cướp Angulimala giết 999 mạng người đã chứng quả bậc A la hán[33] như sau:

Dưới triều đại vua Ba Tư Nặc (Pasenadi), tại vương quốc Kosala, có một tướng cướp vì nghe lời thầy tà dạy rằng phải chặt đúng 1000 ngón tay, sẽ ban cho phép thần thông, thành một

33 Angulimala: Từ một tên tướng cướp giết 999 mạng người cho đến bậc A la hán đắc Thánh quả.
https://chuabavang.com/angulimala-tu-mot-ten-tuong-cuop-giet-999-mang-nguoi-cho-den-bac-a-la-han-dac-thanh-qua-d4946.html
Theo Chú giải Kinh Angulimālasuttavannanā – Bộ chú giải Majjhimapannāsa, kinh Angulimālasuttavannanā

Bà-la-môn xuất chúng. Từ một thanh niên hiền lành, chàng trở thành kẻ sát nhân. Giết người như một cỗ máy, giết người mà không khởi lên một ý nghĩ nào cả. Giết một người, hắn cắt một ngón tay để làm chứng, xâu lại phơi khô rồi mang vào cổ. Từ đó, hắn có biệt danh là Angulimala, có nghĩa là kẻ cướp giết người, cắt đầu ngón tay xâu thành vòng đeo ở cổ.

Thảm cảnh đó khiến triều đình và nhân dân nước Kosala sống trong cảnh lo âu, sợ hãi; vì tên cướp mà các làng trở thành không làng, các thị trấn trở thành không thị trấn, các quốc độ trở thành không quốc độ. Vua Ba Tư Nặc còn đích thân đến gặp Đức Thế Tôn để trình với Ngài rằng sẽ tự mình dẫn quân truy bắt Angulimala.

Hôm đó, Đức Thế Tôn đang nhập đại bi định, sau khi quán sát chúng sinh hữu duyên nào tế độ, Ngài đã nhìn thấy Angulimala. Ngài biết Angulimala vốn bản chất hiền lành, chính trực, thiện lương nhưng vì nghe theo Thầy tà mà dấn thân vào con đường tội lỗi.

Và Ngài cũng biết rằng Angulimala chỉ cần nghe vài câu khai thị của Ngài, hắn sẽ có thể phát sinh đức tin trong sạch, từ bỏ mọi hành động tội lỗi, sám hối, giữ giới và về sau sẽ chứng đắc Thánh quả A-la-hán cùng với thắng trí.

Tướng cướp buông tay của mẹ và rượt theo Đức Phật.
(Ảnh: Giác Ngộ Online)

Bấy giờ, đã ba ngày, vòng tràng hoa xâu ngón tay người ở cổ Angulimala đã được 999 ngón, chỉ còn duy nhất một người nữa là hắn sẽ về báo công và được Thầy truyền trao bí pháp để trở thành Bà-la-môn xuất chúng.

Bỗng nhiên, trong khu rừng vang lên tiếng gọi của mẹ Angulimala, hắn quay đầu nhìn lại và thầm nghĩ sẽ giết chính mẹ của mình để có thể đủ 1000 ngón tay. Thế nhưng, khi tiến lại gần, Angulimala lại thấy bóng hình của Đức Thế Tôn (Ngài thị hiện với mục đích tế độ cho Angulimala) đang điềm nhiên bước đi. Và hắn quyết tâm giết chết Ngài thay vì phải giết mẹ.

Nhưng một điều kỳ lạ, Angulimala càng dốc sức chạy để đuổi giết Đức Thế Tôn nhưng không thể bắt kịp, bóng của Ngài và Angulimala luôn cách nhau một khoảng cố định.

Lúc ấy, hắn tức giận lớn tiếng: Này ông Sa-môn kia, sao tôi gọi mà ông không chịu dừng lại!" Đức Thế Tôn chậm rãi trả lời:

- Này Angulimala! Như Lai đã dừng lại lâu rồi! Chính con mới là người chưa chịu dừng lại!"

Tướng cướp chạy nhưng không rượt kịp Đức Phật dù Ngài đứng yên một chỗ. (Ảnh: Giác Ngộ Online)

Angulimala nói tiếp:

- Nơi nơi thiên hạ đồn rằng, những sa-môn Sākya này thường hay nói sự thật, lời nói không bao giờ trái ngược với việc làm. Nhưng tại sao, lúc ta gọi ông đang đi mà nói là mình đã dừng lại? Còn ta là kẻ đã dừng chân lại, ông sa-môn lại bảo là chưa chịu dừng?

- Này Angulimala! Như Lai đã dừng lại lâu rồi (dừng ác lâu rồi,trở thành ahimsa, bất sát lâu rồi)! Chính con mới là người chưa chịu dừng lại (chưa dừng việc bạo động sát hại, himsa)!

Nghe đến đây, Angulimala chợt dừng lại, dường như trong tâm trí chàng như bừng tỉnh, giác ngộ: "Ta đã nhúng quá sâu vào tội lỗi, giết quá nhiều người, nhưng điều ta nhìn thấy duy nhất là sự sợ hãi, đau khổ của con người. Đây không phải là con đường để lấy bí quyết hạnh phúc cho số đông, mà là con đường tội ác. Ta phải dừng lại như Đức Thế Tôn."

Lúc đó, Angulimala tay cầm kiếm, từ từ đặt xuống đất rồi quỳ xuống chắp tay đối trước Đức Thế Tôn: "Kính lạy Đức Thế Tôn! Con đã biết tội của mình rồi! Ngài đã đích thân ngự đến khu rừng này là vì hạnh phúc an vui lâu dài cho chính con. Ngài đã từ bi giúp con bước ra khỏi chỗ tối tăm, mê lầm của ngu si và ác nghiệp. Từ đây, con xin nguyện từ bỏ vĩnh viễn đao, trượng; từ bỏ vĩnh viễn bàn tay vấy máu tàn hại chúng sanh! Mong Ngài minh chứng cho sự sám hối thành khẩn và thiết tha này!

Xin Đức Thế Tôn hãy cho con được xuất gia, phụng hành theo đạo từ bi của Ngài!"

Kể từ đó, Angulimala được Đức Thế Tôn cho xuất gia, gia nhập Tăng đoàn, thực hành giáo Pháp. Tuy có những lúc do năng lực của ác nghiệp mà Ngài bị người ta ném đá, đánh đập, khiến chảy máu, y rách, nhưng Ngài vẫn an tịnh, nhẫn chịu mà theo Tăng đoàn tu tập cho đến chứng Thánh quả.

Còn Đức vua Ba Tư Nặc sau khi biết Angulimala đã trở thành một vị tu sĩ, liền cung kính, chắp tay đảnh lễ Ngài (mặc dù trước đó Đức vua từng tổ chức đem quân đi bắt Angulimala).

Tướng cướp buông gươm (himsa) quy phục con đường ahimsa của Đức thế Tôn. (Ảnh: Giác Ngộ Online)

Sức Gia Trì Của Tăng Sĩ Vô Não Cho Phụ Nữ Mang Thai

Lời phát nguyện mang lại hạnh phúc cho chúng sinh của Tôn giả Angulimala kể từ khi gia nhập Tăng đoàn như sau: Một hôm, khi Tôn giả Angulimala ôm bát đi khất thực ở làng mạc, bỗng nhiên Ngài nghe thấy tiếng kêu khóc của một thiếu phụ đến ngày lâm bồn, nhưng mãi không sinh nở được, xung quanh lại không có thầy thuốc nào, Ngài lo rằng hai mẹ con sẽ không qua nổi. Chứng kiến cảnh đó, Tôn giả Angulimala vội quay về tịnh xá bạch Đức Thế Tôn:

- Bạch Đức Thế Tôn! Con vừa gặp một thiếu phụ đến ngày lâm bồn, nhưng khó sinh, đang chịu đau đớn quằn quại giữa đường. Xin Đức Thế Tôn hãy dạy cho con cách để có thể giúp thiếu phụ đó được an toàn.

Bấy giờ, Đức Thế Tôn dạy rằng:

- Này Angulimala! Con hãy đi đến chỗ người đàn bà ấy, phát nguyện bằng lời chân thật rằng: Từ khi tôi sinh ra, biết mình không có tự ý sát hại chúng sanh; do lời chân thật này, xin cho cô sinh đứa con dễ dàng và hài nhi của cô cũng được an toàn!

Nghe đến đây, Tôn giả Angulimala tỏ ra do dự, bởi nếu nói như Thế Tôn, phải chăng Ngài đang nói dối vì trước đó Angulimala từng giết hại rất nhiều người. Nhưng Đức Thế Tôn đã từ bi giảng giải và dạy cho Angulimala rằng: "Này Angulimala! Từ khi sinh ra, tức là kể từ ngày con được sinh ra trong dòng dõi giáo pháp Thánh tộc (xuất gia)."

Vâng lời Đức Thế Tôn, Ngài lập tức đi đến trước mặt người sản phụ và phát nguyện: "Từ khi tôi sinh ra (xuất gia), biết mình không có tự ý sát hại chúng sanh; do lời chân thật này, xin cho cô sinh đứa con dễ dàng và hài nhi của cô cũng được an toàn!"

Angulimala nghe lời Phật đến phát nguyện lời chân thật để hồi hướng phúc lành cho thiếu phụ đang trong cơn пguy kịch. Lời vừa dứt, tiếng trẻ con khóc liền vang lên, quả nhiên cho thấy sự nhiệm màu và vi diệu từ lời phát nguyện chân thật, đức độ của vị Tôn giả Angulimala. Về sau, Tôn giả Angulimala nỗ lực tu tập, chứng ngộ Tứ thánh đế, đắc quả A-la-hán bằng trí tuệ siêu thế.

Qua câu chuyện chúng ta thấy, giáo lý của Đức Phật bình đẳng, không kỳ thị chủng tộc hay kẻ hung ác. Đức Phật dùng ahimsa để cảm hóa kẻ himsa. Kết quả, kẻ hima trở thành thánh nhân ahimsa, bất sát, thanh tịnh và có sức gia hộ người khác.

Cho nên, trong đạo Phật khuyến khích dùng giáo dục, chứ không ghét bỏ, sợ hãi, xa lánh hay tử hình tiêu diệt kẻ ác. Cuộc đời này là đầy rẫy sự đau khổ, tà kiến, bạo lực. Duy chỉ có Phật Pháp với nguyên lý ahimsa mới có thể cứu khổ được chúng sinh xa bể khổ về bờ giác.

Hãy cảm hóa và thương thuyết khế lý, khế cơ để thay đổi con người và xã hội. Với lòng đại từ bi và trí tuệ của Đức Phật đã chuyển hoá một con người cực ác như Angulimala trở thành một con người hiền thiện và sau này trở thành vị Thánh Nhân, cao quý, đáng trân trọng như ngạn ngữ có câu: "Quay đầu là thấy bến."

Vì sao Tôn giả Angulimala có oai lực khiến phụ nữ mang thai bình an?

Ngụ ngôn có câu: "Quá khứ là tên cướp, nhưng hiện tại là thánh nhân. Ngược lại có khi quá khứ là thánh nhân, nhưng hiện tại có thể là kẻ cướp." Cho nên, không có cố định, tùy theo hạnh nghiệp hiện tại mà quyết định nhân cách của mỗi người. Tất cả do tâm tạo như bài kệ sau đây minh họa:

Tội từ tâm khởi đem tâm sám
Tâm đã diệt rồi tội liền tiêu
Tội tiêu tâm diệt thảy đều không
Thế mới thật là chân sám hối.
Nam mô Cầu Sám Hối Bồ Tát ma-ha-tát.

Bỏ quá khứ sát hại (himsa) sau lưng, từ ngày xuất gia, tăng sĩ Angulimala đã một lòng sám hối, chịu dừng nghiệp ác (như Đức Phật đã dừng) và thanh tịnh giữ giới bất hại (ahimsa), giới nói thật, cùng nhiều giới khác. Giới có sức mạnh, oai lực và công năng thần kỳ nên có thể ban năng lực ấy cho người đối diện. Vì vậy, hai mẹ con thai phụ được mẹ tròn con vuông và Tăng sĩ trở thành người hữu ích, đáng kính ngưỡng trong xã hội.

2.13. Đức Phật Dạy Bảy Yếu Tố Để Cho Một Quốc Gia Hưng Thịnh

Sau khi giảng hòa, ngăn được trận chiến đẫm máu của hoàng đế Ma-ha-na-ma và vua Thiện Giác về tranh chấp con sông rồi, Đức Phật tiếp tục làm quốc sư cố vấn tinh thần cho Vua A-xa-thế bằng cách giới thiệu bảy yếu tố hưng thịnh một đất nước mà không có bạo động (himsa) như sau:

Đức Phật dạy cách làm giàu trên căn bản của hòa hợp, tương kính. (Ảnh: Giác Ngộ Online)

"Một thời Phật ở trong núi Kỳ-xà-quật, thành La-duyệt cùng với chúng Đại Tỳ-kheo một ngàn hai trăm năm mươi người. Bấy giờ, A-xà-thế, vua nước Ma-kiệt, muốn dùng vũ khí dao gươm đến chinh phạt nước Bạt-kỳ... (liền sai đại thần Vũ-xá đến thỉnh ý Đức Thế Tôn).

Lúc đó, A-nan đang cầm quạt đứng hầu sau Phật. Phật hỏi A-nan bảy câu hỏi:

1. Ngươi có nghe dân nước Bạt-kỳ thường nhóm họp bàn những sự việc chân chánh không?

- A-nan đáp: Con có nghe. Phật nói với A-nan: Nếu được như vậy thì lớn nhỏ hòa thuận, nước đó lại càng thịnh vượng và yên ổn lâu dài, không thể xâm hại được.

2. Này A-nan, ngươi có nghe người nước Bạt-kỳ vua tôi hòa thuận, trên dưới kính nhường nhau không?

- Con có nghe.

- Nếu được như vậy thì lớn nhỏ hòa thuận, nước đó càng thêm thịnh vượng và được yên ổn lâu dài, không thể xâm hại được.

3. Này A-nan, ngươi có nghe dân nước Bạt-kỳ thường tôn trọng pháp luật, hiểu điều cấm kỵ, chẳng trái lễ độ không?

- Con có nghe.

- Này A-nan, nếu được như vậy thì lớn nhỏ hòa thuận, nước đó càng thêm thịnh vượng và yên ổn lâu dài, không thể xâm hại được.

4. Này A-nan! Ngươi có nghe dân nước Bạt-kỳ hiếu dưỡng cha mẹ, kính thuận sư trưởng không?

- Con có nghe.

- Này A-nan, nếu được như vậy thì lớn nhỏ hòa thuận, nước đó càng thêm thịnh vượng và yên ổn lâu dài, không thể xâm hại được.

5. Này A-nan! Ngươi có nghe dân nước Bạt-kỳ thường tôn trọng tông miếu, kính nể quỷ thần không?

- Con có nghe.

- Này A-nan, nếu được như vậy thì lớn nhỏ hòa thuận, nước đó càng thêm thịnh vượng và yên ổn lâu dài, không thể xâm hại được.

6. Này A-nan, ngươi có nghe dân nước Bạt-kỳ giữ gìn khuê môn trinh chính, thanh khiết, không bậy bạ, cho đến sự vui đùa, nói năng cũng không tà vạy không?

- Con có nghe.

- Này A-nan, nếu được như vậy thì lớn nhỏ hòa thuận, nước đó càng thêm thịnh vượng và yên ổn lâu dài, không thể xâm hại được.

7. Này A-nan, ngươi có nghe dân nước Bạt-kỳ tôn thờ Sa-môn, kính người trì giới và thân cận ủng hộ chẳng biếng nhác không?

- Con có nghe.

- Này A-nan, nếu được như vậy thì nước đó càng thêm thịnh

vượng và yên ổn lâu dài, không thể xâm hại được.

Bấy giờ, đại thần Vũ-xá liền bạch Phật:

- Nhân dân nước kia nếu thi hành có một điều còn không mong gì thắng họ, huống nay họ đủ cả bảy điều. Vì việc nước quá bận, con xin từ tạ trở về.

Phật nói: - Nên biết thời giờ.

Vũ-xá liền đứng dậy đi quanh Phật ba vòng rồi vái chào mà lui."[34]

Qua cuộc đối thoại trên, chúng ta thấy Đức Phật rất chú trọng đến việc xây dựng một xã hội an hòa, phồn vinh, giàu có bằng cách nhân dân nước đó phải:

1. Sinh hoạt dân chủ,
2. Tình đoàn kết dân tộc,
3. Nguyên tắc pháp trị,
4. Sự hòa hợp các thế hệ,
5. Tôn trọng phụ nữ,
6. Tôn kính các tín ngưỡng,
7. Ưu đãi các bậc minh triết.

2.14. Đức Phật Dùng Tinh Thần Bình Đẳng Và Bất Hại (Ahimsa) Để Thay Đổi Xã Hội

Cách đây hơn 2.600 năm, xã hội Ấn Độ cổ đại tồn tại rất nhiều giai cấp khác nhau, tựu trung có bốn giai cấp chính sau đây:

1. Bà-la-môn (thầy tu đạo Hinhdu) được cho là sinh ra từ miệng Phạm Thiên (Brahma), nên cao quý.
2. Sát-đế-ly (vua chúa) được sinh ra từ hai tay Phạm Thiên.
3. Phệ-xá (buôn bán) được sinh ra từ bắp chân Phạm Thiên.

---

34 Kinh Trường A-hàm, Kinh Du hành, Hán dịch: Phật-đà-da-xá và Trúc Phật Niệm, Việt dịch: Hòa Thượng Thích Tuệ Sỹ. https://phatgiaodongnai.org/7-phap-giup-quoc-gia-hung-thinh.html

4. Thủ-đà-la (nô lệ) được sinh ra từ lòng bàn chân của Phạm Thiên, nên hạ tiện, thấp kém.

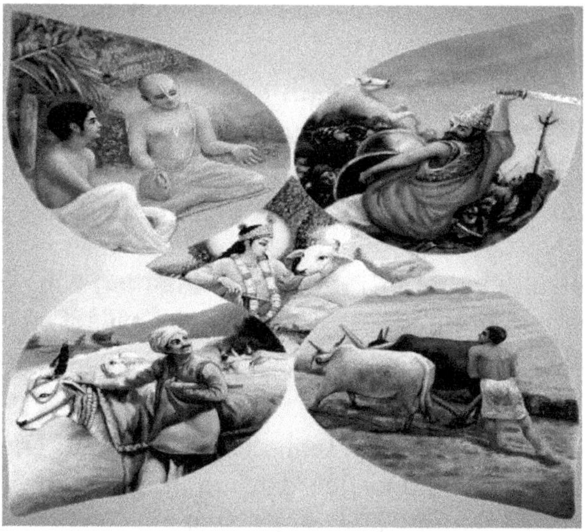

Bốn giai cấp kỳ thị chủng tộc trong xã hội Ấn Độ cổ đại. (Ảnh: Internet)

Giai cấp là một nguyên tắc căn bản trong đời sống xã hội của người Ấn Độ cổ đại. Mỗi người được phân định thuộc về giai cấp nào trong xã hội, hoàn toàn phụ thuộc vào dòng giỏi và sự xuất thân của gia đình vị đó, từ đời ông bà truyền đến nay và tiếp nối (ý thức hệ). Không có một hoàn cảnh, học vị nào, nỗ lực nào có thể thay đổi được giai cấp này trong suốt cuộc đời của người ấy. Đây là sản phẩm thống trị xã hội của giới Ba-la-môn.

Người dân tin một cách mù quáng, chấp nhận sống trong sự bất công, đàn áp và bất bình đẳng, khi cứ cho là một người sinh ra dưới chân Phạm Thiên là đã thành hạ tiện suốt đời và phải sống lòn cúi. Một người sinh ra từ miệng Phạm Thiên đã thành bà-la-môn, được mọi người lễ lạy kính quý dù thân khẩu ý của vị ấy chưa xứng đáng...

Sự đóng góp của đức Phật vào bối cảnh Ấn Độ kỳ thị giai cấp rất đáng kể. Ngài chủ trương chủ nghĩa bình đẳng, bất hại (ahimsa) chính hành động, nghiệp báo có thể thay đổi giai cấp của một người, bởi vì thật vô lý khi không ai sinh ra đã thành hạ tiện. Không ai sinh ra đã thành bà-la-môn, mà chính do hành động, do nghiệp (kamma) mới thành hạ tiện hay bà-la-môn.

Trong bài kệ mở đầu Kinh Phạm Võng và nhiều kinh Đại thừa khác, Đức Phật đã nhấn mạnh: "Ta là Phật đã thành các con là Phật sẽ thành," "Tất cả chúng sanh đều có Phật Tánh"[35] và "Con người không có giai cấp trong nước mắt cùng mặn, máu cùng đỏ". Như vậy, dù màu da, học vị, sắc tướng, giàu nghèo có khác nhau, nhưng vị trí trong xã hội là bình đẳng. Đức Phật đã thực hiện tư tưởng này bằng cách chấp nhận tất cả mọi người từ mọi giai cấp, dù được coi là cao hay thấp, gia nhập vào Tăng đoàn của Ngài.

Với nền tảng giáo pháp bình đẳng và bất hại, Đức Phật đã hóa độ hàng ngàn những tiện dân, nô lệ, giai cấp thấp quy y Tam bảo học đạo, gồm 1,250 người xuất gia vào hàng ngũ Tăng đoàn, ngay cả nữ giới (xã hội Ấn Độ lúc bấy giờ là trọng nam khinh nữ) cũng được xuất gia trong hàng ngũ các chúng đệ tử Như Lai, đều hưởng pháp vị giải thoát, chứng ngộ như nhau và hưởng quyền lợi của lục hòa[36] như nhau.

35 Kinh Phạm Võng, Việt dịch: Hòa thượng Thích Trí Tịnh, San Antonio, 2024. https://www.daotranglienhoa.com/wp-content/uploads/2023/08/kinh_pham_vong.pdf

36 Lục hòa: Sáu pháp hòa hợp

1. Thân hòa cộng trụ, là trên phương diện sinh hoạt hằng ngày trong một tổ chức, chúng ta cùng sống chung trong một tập thể, thường nên chiếu cố giúp đỡ lẫn nhau.
2. Khẩu hòa vô tránh, đứng trên phương diện giao tiếp chỉ bảo qua ngôn ngữ lời nói lẫn nhau, luôn luôn thể hiện tinh thần khuyến khích khuyên bảo cùng nhau làm thiện, dứt trừ làm ác.
3. Ý hòa đồng sự, là đứng trên phương diện tư tưởng, lúc nào cũng tôn trọng và ái kính ý kiến người khác, nếu tư tưởng ý kiến đó là đúng, còn nếu không thì hãy cùng nhau bàn bạc cho ra lẽ và vui vẻ chấp nhận.
4. Giới hòa đồng tu, là chúng ta cùng sống chung trong một tập thể, lúc nào chúng ta cũng nên tuân thủ cùng nhau tu tập theo giới luật chung đã được đặt ra.
5. Kiến hòa đồng giải, là kiến giải có được về chân lý, hay lý đạo đã thông xin chia sẻ cùng mọi người, cùng nhau tu tập.

Vì thế, Đức Phật đã thâu nhận người thợ cạo Ưu-bà-li (Upãli), dâm nữ Ma-đăng-già (Matãnga), tướng cướp Vô não đều thuộc giai cấp Thủ Đà La (Sũdra) hạ tiện vào hàng Thánh chúng trước sự ngạc nhiên của các vua chúa bấy giờ.

Chuyện Tôn giả A-nan xin nước Cô Gái Giai Cấp Hạ Tiện

Xin minh họa thêm về định kiến tệ hại của xã hội qua câu chuyện Tôn giả A-nan xin nước cô gái giai cấp hạ tiện[37] như sau:

"Một ngày kia, tôn giả Ānanda du hành ở phương xa, trên đường trở về Tịnh xá Kỳ Viên, Ngài đi trì bình khất thực quanh xóm làng ngoại ô rồi nghỉ dưới một gốc cây để độ thực. Dùng ngọ xong, Tôn giả ôm bát đi theo lối mòn tìm nước uống nơi một xóm nhà nghèo ven chân núi. Thấy một cô thiếu nữ bên đường đang múc nước giếng, bước đến gần, ôm bình bát trong tay, Ngài lặng lẽ đứng một bên, đưa mắt nhìn xuống.

Cô gái ấy tên là Prakirti, nàng vốn là hạng tiện dân chiên-đà-la thấp kém ở ngoài rìa xã hội, thấy một "vị bà-la-môn" tướng cách cao sang, quý phái đến đứng lặng lẽ gần bên thì vô cùng sợ hãi; nàng cúi đầu xuống, hỏi lí nhí trong cổ họng:

- Thưa ngài, ngài cần gì không ạ?

Tôn giả Ānanda, vẫn với tầm mắt nhìn xuống, nói rõ mục đích của mình:

- Thưa cô, vui lòng cho tôi xin chút ít nước.

Nghe "người lạ" thuộc đẳng cấp thượng lưu lại nói lời "thưa cô", cô gái càng sợ hãi hơn:

- Cháu là kẻ thấp hèn.

- Tôi chỉ cần chút ít nước thôi.

- Cháu là dân thấp hèn, hạ liệt. Không có ai uống nước của

6. Lợi hòa đồng quân, là tất cả mọi thứ của cải vật chất có được từ sự hỷ cúng của các thí chủ được chia đều cùng nhau một cách bình đẳng một cách hợp pháp, có nghĩa là bình đẳng trong đồng đẳng.

37 Cô Gái Hạ Tiện Yêu Tôn Giả Ānanda Một cuộc đời, Một vầng nhật nguyệt, tập 6, Minh Đức Triều Tâm Ảnh, Nhà xuất bản Văn Học, 2014. https://thuvienhoasen.org/a21264/

chúng cháu cả.

- Tôi chỉ cần chút ít nước uống cho hết khát thôi. Nước là dùng để mà tắm rửa, giặt giũ, giải khát; nước có phân biệt giai cấp gì đâu, thưa cô!

Nghe "người lạ" nói một câu kỳ lạ là không phân biệt giai cấp, cô gái bây giờ mới mạnh dạn ngước đầu lên, mới dám trả lời cho rõ ràng:

- Cháu là con gái giống nòi hạ đẳng chiên-đà-la. Nước giếng này vốn trong và ngọt, nhưng đối với những người ở giai cấp trên, họ xem nước của chúng cháu không sạch, nó dơ bẩn. Nước này chỉ có chúng cháu uống. Các giai cấp trên trước, họ chê là ô uế, họ không uống đâu; cho chí rửa tay, họ cũng không dám dùng!

- Tôi không hề hỏi cô thuộc giai cấp, đẳng cấp nào mà! Tôi chỉ xin nước uống thôi mà.

- Chẳng lẽ ngài không biết sao? Trong xứ này, nói đại lược là có hai giai cấp, giai cấp cao sang và giai cấp hạ liệt. Cháu thuộc hạng người thấp thỏi, hèn kém nhất trong xã hội loài người.

- Tôi đâu cần biết giai cấp của cô. Tôi chỉ cần nước uống thôi, thưa cô!

- Làm sao cháu có thể tùy tiện dâng nước cho ngài được? Cháu là con gái hạ tiện. Những người ở trong lâu đài to lớn, cao sang trong kinh thành, họ thuộc giai cấp trên trước. Còn những người hèn hạ như cháu, chúng cháu không có được cái quyền nhìn họ nữa là. Ngay cả cái bóng của chúng cháu, họ cũng ghê tởm không dám dẫm lên. Khi chúng cháu đến gần, họ tránh ra xa. Nếu bắt buộc phải nhìn thấy chúng cháu, họ phải rửa mặt tẩy uế với nước tẩm hương hoa, vừa cau mày vừa than: "Thần thánh ôi! Ta vừa nhìn thấy cái gì vậy kìa! Bọn dân hạ tiện!". Thế thì làm sao cháu dám dâng nước cho ngài được? Làm sao cháu dám đến gần ngài để dâng nước? Nếu chiếc bóng của cháu có dính trên người ngài, ngài cũng sẽ trở thành dân hạ tiện mất thôi!

Tôn giả Ānanda cảm thấy bất bình về định kiến tệ hại của

xã hội, xót thương cho hạng tiện dân sống trong hoàn cảnh bất công, tủi nhục, nên muốn nói rõ cho cô gái biết quan niệm bình đẳng giữa người và người trong giáo pháp của đức Tôn Sư:

- Tôi không để ý gì đến cái gọi là giai cấp cao và thấp ấy. Tôi chỉ biết rằng cô cũng là một con người như tôi thôi. Tôi chưa bao giờ nghe nói giai cấp có thể tạo ra sự khác biệt giữa người này với người khác. Tôi không chấp nhận ý tưởng, quan điểm cổ hủ, mọi rợ và lệch lạc ấy. Tất cả mọi người trong chúng ta, ai cũng có hai tay, hai chân, hai mắt, một miệng, một khuôn mặt và một cái mũi. Có thể nào mặt trời lại mọc ở phương Tây đối với người thuộc giai cấp dưới? Có thể nào mặt trời lại mọc ở phương Đông chỉ để dành cho giai cấp thượng lưu? Còn nữa, cảm nhận hạnh phúc hay đau khổ thì ai cũng giống nhau, có ai khác với ai đâu? Khi ăn, bụng ai cũng đầy, cũng nở ra; khi đói thì bụng ai cũng cồn cào và teo tóp lại! Vậy thì họ khác nhau ở chỗ nào, thưa cô?

-" Dạ, giữa con người với con người thì ai cũng giống nhau"- Prakirti nắm bắt được ngay quan điểm vượt ngoài giai cấp rất bình đẳng, rất cởi mở, thông thoáng của "người lạ", nhưng cô cũng muốn hiểu cho rõ hơn:

- Bề ngoài thì không có gì khác nhau lắm đâu, đúng như ngài đã nói. Nhưng những người ở giai cấp trên, họ nhờ có phước báu nên mới xứng đáng sinh vào dòng dõi thượng lưu ấy được. Còn chúng cháu thì do vô phước, nhiều tội lỗi nên phải sinh vào dòng dõi thấp hèn này. Họ được diễm phúc sinh ra từ miệng, từ vai Đại Phạm Thiên (Mahā Brāhmā). Còn chúng cháu thì "bị" sinh ra từ bàn chân, gót chân của đấng ấy. Tất cả chúng cháu đều không được phép học kinh Vệ Đà. Do vậy, chúng cháu ngu dốt, thấp kém, thua thiệt đủ mọi bề, mọi thứ. Chúng cháu không được đặt vào bất cứ một giai cấp nào, là hạng người ở tận cùng cái đáy của xã hội, thưa ngài.

- Bậc Đạo Sư của tôi không dạy như vậy, không giảng như thế đâu. Ngài dạy rằng, tất cả chúng ta đều bình đẳng, không có giai cấp trong giọt máu cùng đỏ và trong giọt nước mắt cùng mặn. Máu ai cũng đỏ và nước mắt ai cũng mặn. Cô có thể nghe tôi đọc câu này, là của Đạo Sư tôi dạy đó:

"No jaccā vasalo hoti
Na jaccā hoti brāhmaṇo
Kammanā vasalo hoti
Kammanā hoti brāhmaṇo".

Nghĩa là: Không ai sinh ra đã thành hạ tiện. Không ai sinh ra đã thành bà-la-môn. Chính do hành động, do nghiệp (kamma) mới thành hạ tiện, chính do hành động, do nghiệp mới thành bà-la-môn!

Cô gái nghe như uống mật vào lòng, mát rười rượi. Cô len lén đưa mắt ngó quanh xem thử có ai thấy không. Vừa sợ hãi vừa thẹn thùa, cô cúi xuống, với bàn tay run run, đưa gàu kề miệng bát để rót nước. Khi thấy nước vừa đủ dùng, Tôn giả Ānanda bưng bát uống một hơi dài. Sau đó, ngài còn chịu khó, dịu dàng giải thích thêm cho cô gái, đại ý là:

Là con người trong cộng đồng loài người, đừng tự ti mặc cảm, đừng sống theo quy định, áp đặt của xã hội; phải biết tôn trọng giá trị con người của chính mình, để vươn lên, để đứng thẳng, để giữ vẹn phẩm chất cao quý nầy đáng giá như thế nào! Con người vốn bình đẳng và tự do! Không luật pháp nào, định chế nào, xã hội nào, con người nào có quyền tước đoạt cái quyền bình đẳng và tự do ấy."

Cán cân công lý - công bằng. (Ảnh: Internet)

Qua câu chuyện, cho thấy Đức Phật Thích Ca là nhà cách mạng xã hội, nhà cách mạng tư tưởng đã khẳng định, ai cũng bình đẳng, chỉ có hành động mới quyết định mình thấp hèn hay cao sang.

Đức Phật và Tăng đoàn của Ngài đã thành công vẻ vang trong việc giải phóng con người thoát ách nô lệ giai cấp của Bà-la-môn thống trị bằng tư tưởng "bình đẳng" và "bất bạo động (ahimsa)". Đây là viên gạch chủ chốt để đem đến một xã hội hòa bình và tự do. Đường lối cùng phương thức cách mạng của Đức Thế Tôn đã đi trước thời đại tiên phong cho những phong trào cách mạng về sau cho đến thời cận-hiện đại và hiện nay.

CHƯƠNG 3

VUA A-DỤC ĐÃ DÙNG NGUYÊN LÝ AHIMSA ĐỂ CAI TRỊ NƯỚC

3.1. Vua A Dục hiếu chiến và cuộc Xâm lăng Kalinga

Hoàng Đế A Dục (Ashoka, Asoka, Aśoka: 304-232 trước Công nguyên), là một trong những vị vua vĩ đại nhất của Ấn Độ cổ đại, đã cai trị nước Ma-kiệt-đà (Mauryan) giàu có rộng lớn. Vua thường mở ra những cuộc xâm lăng mở rộng bờ cõi của mình. Cuộc chiến cuối cùng đã diễn ra tại Kalinga, nằm trên bờ biển phía Đông Ấn Độ (ngày nay là Orissa) khiến hơn 100,000 người dân Kalinga đã bị giết một cách dã man và 150.000 người bị bắt làm tù binh.

Hoàng đế A Dục và trận chiến Kalinga. (Ảnh: Internet)

3.2. Vua A Dục tỉnh ngộ, quy hướng Phật pháp và thực hành Bất bạo động

Trong lúc quân dân mở tiệc mừng chiến thắng, vua A-dục một mình đi dọc dòng sông Kalinga còn phủ đầy máu đổ thịt rơi của người dân vô tội, máu chảy đỏ dòng sông... Chợt vua tỉnh ngộ tội ác của mình và quyết tâm trở về con đường thiện lành, giữ giới bất hại (ahimsa) như người xưa từng nói "phóng hạ đồ đao, lập địa thành Phật" (quăng bỏ con dao, ngay đó thành Phật), từ một vị vua tàn bạo, hiếu sát, trở thành vị vua Phật tử nhân đức, hiền lương. Từ những cuộc chinh phục bằng gươm, dao, vũ khí, thì vua muốn một cuộc chuyển hóa tinh thần bằng nguyên lý ahimsa, thu phục trái tim người khác (win the heart) bằng Phật pháp như chính Đức Phật đã thực hiện trong 49 năm thuyết pháp độ sanh. Một bia ký của vua ghi rằng:

"Tám năm sau khi lên ngôi, nhà vua bạn của các vị trời là Priyadarsinda (Vua A-dục) chinh phục được lãnh thổ Kalinga. Một trăm năm mươi ngàn người bị lưu đày; một trăm ngàn người bị giết trong các trận chiến; một số người khác nhiều lần lớn hơn con số đó đã bị thiệt mạng. Sau khi Kalinga bị chiếm thì bây giờ đây là lúc phải hăng hái áp dụng Pháp giới, tôn trọng Pháp giới, phải tuân theo những điều huấn dụ ghi trong Pháp giới áp dụng trên khắp lãnh thổ của người bạn các vị trời. Sự hối hận không buông tha cho người bạn của các vị trời sau khi đã chinh phục được Kalinga.Thật vậy, chinh phục một xứ sở độc lập chính là một hành vi sát nhân, gây ra cảnh chết chóc và lưu đày cho thật nhiều người: những ý nghĩ đó hiện lên thật mãnh liệt và dày vò người bạn của các vị trời..."[38]

---

38 Dr. Hoàng Phong, A Dục, Một Vị Vua Phật Tử. https://quangduc.com/a27860/a-duc-mot-vi-vua-phat-tu-hoang-phong

Biển máu trong cuộc chiến Kalinga. (Ảnh: Internet)

Từ đó, vua cải tà quy chánh, quy y Tam Bảo, xây chùa, ủng hộ Tăng đoàn, dựng tháp, bia đá, trụ đá tại những thánh tích nơi Đức Phật Thích Ca Mâu Ni lưu dấu, lấy Pháp từ bi-trí tuệ, nguyên tắc bất hại của Phật giáo để trị dân, đặc biệt là vua gởi nhiều Tăng đoàn hoằng pháp đến Tích lan, Thái Lan... gồm cả những vương quốc miền Tây Hy Lạp vào khoảng năm 250 trước Công Nguyên. từ đó Phật pháp được phổ biến trên khắp thế giới cho đến hiện nay. Với mục đích nhằm tận lực thuyết phục các nhà cai trị ở các nước lân bang rằng họ cũng nên từ bỏ đi tham vọng chinh phục nước khác bằng chiến tranh, mà nên thiết lập một vương quyền hòa bình và an định, trên cơ sở nguyên tắc pháp ahima.

3.3. "Bất bạo động" (ahimsa) là nguyên tắc chủ đạo cai trị nước của Vua A-Dục

Bất bạo động trở thành cách sống và cách trị vì của vua A-dục. Có thể nói đây là sự hối hận của vua sau cuộc tàn sát đẫm máu ở Kalinga. Trong sắc lịnh đầu tiên của vua ban ra toàn bộ vương quốc Ma-Kiệt-Đà hầu hết liên quan đến việc nghiêm cấm sát sanh (ahimsa) trong đời thường, gồm cả việc giết súc vật để tế lễ và ăn thịt.[39]

Trong sắc lịnh thứ 13, vua kể rằng sau chiến thắng ở Kalinga kèm hậu quả của tổn thương nhân mạng dân quân rất nhiều. Chính điều đó đã cắn rứt lương tâm và vua thiết tha mong mỏi tất cả người dân đều có quyền hưởng một đời sống hoà bình, an ổn và có đạo đức (dhamma-pháp). A-Dục Vương cầu mong sao cho những người dân cũng biết ăn năn, buông dao kiếm xuống (không làm những việc sát sanh như xưa kia) và chấm dứt sát hại (trong hiện tại và tương lai).

Chính vua A-dục đã tuyên bố rằng: "Chỉ có sự chiến thắng của Đạo Pháp mới thực là một cuộc chiến thắng vô thượng; ai ai cũng nhờ cuộc chiến thắng ấy mà được an cư lạc nghiệp."

Vua A-dục đã thực hiện tinh thần đạo pháp ahimsa, bãi bỏ tội tử hình trong vương quốc mình, như bia ký Kalinga, đã ghi rằng:

"Cũng như tôi mong cho con cái tôi được hưởng mọi hạnh phúc an lạc ở đời này và đời sau, tôi cũng cầu mong cho tất cả mọi người đều được hưởng hạnh phúc an lạc như vậy.

Có tình hình xảy ra là có một số người bị bắt giam mà không có lý do xác đáng gì, và rất nhiều người khác bị đau khổ vô cùng.

Vì vậy, các người phải theo con đường bất bạo động (ahimsa), có mực thước. Nhưng sẽ không thể nào noi theo được con đường ôn hòa ấy, nếu các người còn làm nô lệ cho những tật xấu như đố kỵ, thiếu kiên nhẫn, tàn ác, nóng vội, thiếu chuyên sâu, lười biếng và thụ động.

Các ngươi đừng phạm vào những tánh tiêu cực nói trên.

Sắc lịnh này được khắc ra ở đây, để cho các pháp quan trong thành phố tránh không bắt giam dân chúng mà không có lý do xác đáng.

---

39 K. R. Norman, Phật Giáo và A-dục Vương, Nguyên Tâm chuyển Việt ngữ và tuyển tập các bài viết về vua A Dục.
https://quangduc.com/a27861/Aśoka-cuoc-doi-va-su-nghiep-tuyen-tap-cac-bai-viet-ve-vua-a-duc

Và cũng vì mục đích ấy mà cứ năm năm một lần, ta gửi các phái viên đi công cán, những phái viên của ta phải có thái độ từ ái, dễ thương, quan tâm đến sự sống thiêng liêng của mọi loài."[40]

Như vậy, chúng ta thấy đường lối trị dân của vua A-dục là thương dân chúng như con ruột, nếu con cái có sai trái thì lấy từ ái tình thương dạy dỗ, không được dùng các phương thức himsa cực đoan bạo động tàn ác, hà khắc, đàn áp, giết hại như tử hình, đánh đập. Các pháp quan phải công minh, không được bắt giam người mà không có lý do xác đáng, không được quan liêu, giải đãi, mà phải dùng phương pháp ôn hòa để giáo dưỡng dân.

Trong một bia ký khác, cũng ghi sắc lịnh cho nước Ma-kiệt đà và các nước láng giềng thực hiện nguyên tắc ahimsa ngay cả cho loài vật, xây nhà thương chăm sóc loài vật thú cưng:

"Trong tất cả mọi nơi của vương quốc ta và cũng vậy trong các nước láng giềng, như các nước Cholas, Pandyas, Satyaputra, Keralaputra.

Trên đảo Tambapanni (Lanka), trong vương quốc của vua Hy Lạp Antiochus, và cả trong vương quốc láng giềng của vương quốc Antiochus. Tại khắp mọi nơi, ta đã cho dựng lên hai loại nhà thương, nhà thương cho người và nhà thương cho súc vật."

Tác giả Copleston, trong cuốn "Đạo Phật Nguyên Thủy và Hiện Đại" (Buddhism Primitive and Present) thừa nhận rằng "Công lao xây dựng những nhà thương đầu tiên chắc chắn là thuộc về đạo Phật." Nhưng cần nói thêm là ngoài những nhà thương đầu tiên cho người, vua A-dục còn cho xây dựng những nhà thương cho súc vật nữa! Chúng ta biết nhà thương sớm nhất do người Tây phương xây dựng là nhà thương Diu ở Paris (Pháp) vào thế kỷ thứ VII Tây lịch, nghĩa là khoảng 1.000 năm, sau các nhà thương của vua A-dục.

Lòng thương yêu, ban sự vô hại ahimsa của vua A-dục đối

40 K. R. Norman, Phật Giáo và A-dục Vương, Nguyên Tâm chuyển Việt ngữ và tuyển tập các bài viết về vua A Dục. https://quangduc.com/a27861/Aśoka-cuoc-doi-va-su-nghiep-tuyen-tap-cac-bai-viet-ve-vua-a-duc

với loài vật thật hiếm có bởi lẽ: "Ở đây không một súc vật nào bị giết và hiến tế nữa."

3.4. Pháp hành của Vua A Dục

Vua A Dục là một Phật tử thuần thành, một vị vua Pháp, chủ xướng tinh thần ahimsa nhân bản sâu sắc, dùng Phật pháp để cai trị đất nước và truyền bá Phật giáo ra các nước ngoài như các Đạo dụ[41] đã mô tả thông tin về cách mà A-Dục Vương hoằng Pháp (dhamma) như là dhammathambhas "những cột trụ pháp", dhammalipi "văn thư pháp", dhammamgala "tế lễ pháp", dhammadàna "bố thí pháp", dhammanuggaha "nhiếp thọ pháp", dhammayàtras "những cuộc lữ hành pháp", dhammasavana "nghe pháp", dhammamahàmàtras "những vị đại thần pháp", dhammavijaya "chinh phục pháp", vv...

Chính vì thế, A-Dục được tôn vinh là Vua Pháp tên tuổi của Ngài luôn gắn liền với lịch sử Phật giáo Ấn Độ đặc biệt là nguyên lý ahimsa (bất hại). Vua A-dục vẫn còn sống mãi với nhân loại, lịch sử Phật giáo vẫn mang ơn Ngài như đoạn văn này đã minh chứng:

"Trong lịch sử của thế giới có hàng ngàn vị vua và đại đế tự xưng là 'ngôi cao', 'hoàng đế', 'quốc vương' v.v. Họ chỉ bừng sáng trong chốc lát rồi nhanh chóng lụi tàn. Nhưng Vua A Dục vẫn tỏa sáng và tỏa sáng như một ngôi sao sáng, cho đến tận ngày hôm nay." (In the history of the world there have been thousands of kings and emperors who called themselves 'Their Highnesses', 'Their Majesties' and 'Their Exalted Majesties' and so on. They shone for a brief moment, and as quickly disappeared. But Ashoka shines and shines brightly like a bright star, even unto this day)."[42]

41 K. R. Norman, Phật Giáo và A-dục Vương, Nguyên Tâm chuyển Việt ngữ và tuyển tập các bài viết về vua A Dục. https://quangduc.com/a27861/Aśoka-cuoc-doi-va-su-nghiep-tuyen-tap-cac-bai-viet-ve-vua-a-duc

42 H.G. Wells (1866–1946), A Short History of the World, 1922. Trích trong: https://thuvienhoasen.org/a23735/dai-de-a-duc-mot-ong-vua-ho-tri-phat-phap

Vua A Dục ủng hộ Tăng đoàn Phật Giáo.
(Ảnh: Giác Ngộ Online)

CHƯƠNG 4

NHỮNG NHÀ LÃNH ĐẠO XÃ HỘI ỨNG DỤNG AHIMSA TRONG THỜI CẬN HIỆN ĐẠI

4.1. Mahatma Gandhi (1869- 1948)

Mohandas Karamchand Gandhi được tôn xưng như một bậc Thánh (Mahatma nghĩa là thánh, vĩ đại, tâm hồn cao thượng), một chính trị gia, nhà hoạt động Cách mạng, lãnh đạo Đảng Quốc Đại đã ứng dụng nguyên tắc "bất bạo động" ahimsa như một vũ khí ôn hòa và mạnh mẽ nhất trong phong trào kháng chiến chống lại ách thống trị của thực dân Anh.

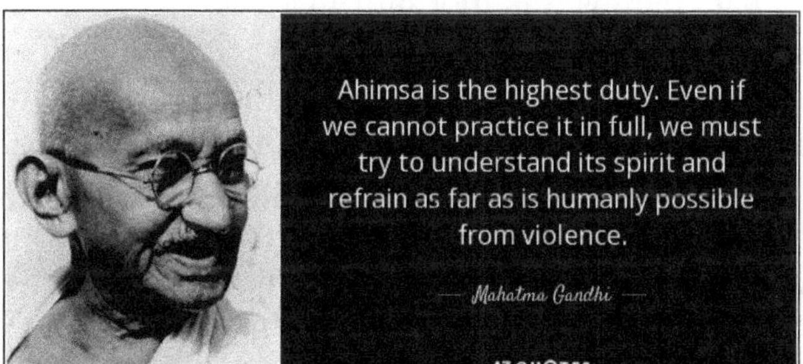

Vốn sinh trong một gia đình danh giá, có thế lực, nên M.K. Gandhi được học hành chu đáo. M.K. Gandhi làm luật sư tại

Bombay, sau khi tốt nghiệp Đại học Luật ở Anh Quốc. Khoảng năm 1893, ông sang Nam Phi làm tư vấn pháp lý cho một hãng buôn của Ấn Độ. Chứng kiến chính sách phân biệt chủng tộc của thực dân Anh đối với dân Ấn và Nam Phi, M.K.Gandhi đã đứng lên lãnh đạo cộng đồng với phương pháp "Satjagraha" (nghĩa là can đảm thực hiện bất-bạo-động (ahimsa) và chân lý.

Đầu năm 1915, trở về tổ quốc và năm 1919, M.K. Gandhi trở thành nhà lãnh đạo Đảng Quốc Đại, một chính đảng lớn của Ấn Độ. Sau chiến tranh thế giới lần thứ I, thực dân Anh áp dụng đạo Luật Rônlét hà khắc, bạo tàn tại Ấn Độ. Dưới sự lãnh đạo của M.K.Gandhi, toàn thể nhân dân khắp Ấn Độ đứng lên chống lại bọn thực dân với khẩu hiệu: " Chúng ta hãy hành động hay là chết?" Hãy can đãm không dùng vũ khí súng, dao mà ứng dụng các hành động bất bạo động như tẩy chay, bất tuân, cương quyết cự tuyệt không dùng hàng hóa của Anh, không hợp tác làm việc với chính quyền, không đi lính cho Anh, cuộc đi bộ đòi muối (chống lại Luật độc quyền muối của thực dân Anh) ...

Cuộc đời cách mạng của M.K. Gandhi trải qua nhiều thử thách, nguy hiểm gian lao và nhiều lần bị thực dân Anh cầm tù, giam giữ, bắt bớ. Song, mọi thủ đoạn của kẻ thù không khuất phục được chí khí, trí tuệ, từ bi và lòng can đảm của Gandhi. Cuối cùng, ngày 15/8/1947, thực dân Anh buộc phải trao trả nền độc lập cho Ấn độ.

"Bất hại" (ahimsa) là một giới luật căn bản tối quan trọng đầu tiên của Phật giáo và Kỳ-na-giáo. M.K.Gandhi đã sử dụng ahimsa một cách hữu hiệu, phổ biến, và thành công đến nổi toàn dân Ấn độ đã sử dụng ahimsa như một vũ khí ôn hòa, trong phong trào giành tự do và độc lập cho nước nhà khỏi đế chế đô hộ Anh Quốc, mà không gây thương tích hay tổn thương nhân mạng nào xảy ra. Vì thế, nên toàn thể người dân Ấn tôn sùng pháp "ahimsa" như là biểu hiện của chủ nghĩa M.K.Gandhi, "Gandhism," Ngài được tôn vinh như bậc Thánh 'Mahatma Gandhi': "Một vị Thánh trong số các chính khách và là chính khách trong các vị Thánh."[43]

43 Viết Hiền, Mùa Xuân của Một vị Thánh - Một Tâm Hồn Vĩ Đại.

Vị cha đẻ của nền độc lập Ấn Độ, Mahatma Gandhi, đã thuyết giảng và thực hành chủ nghĩa bất bạo động. Nếu không có chân lý (truth) và bất bạo động (ahimsa) thì không có gì khác ngoài sự hủy diệt nhân loại. Vì thế, Mahatma Gandhi mạnh mẽ tuyên bố: "Bước đầu tiên của bất bạo động là cần trau dồi giữa chúng ta trong cuộc sống hàng ngày sự trung thực, khiêm tốn, khoan dung và nhân ái."[9] (The very first step in nonviolence is that we cultivate in our daily life, as between ourselves, truthfulness, humility, tolerance, loving kindness) hay "Ahimsa là tín điều đầu tiên trong đức tin của tôi. Đây cũng là điều cuối cùng trong tín ngưỡng của tôi."[44]

Mục sư hoạt động xã hội John Dear cũng đã tán thán rằng: "Trong thế kỷ 20, Mahatma Gandhi đã tìm kiếm quyền lực ahimsa này ở cấp độ công chúng mà chưa ai ở thời hiện đại đã làm được."[45]

Vào cuối đời, vị Thánh ahimsa rất vui mừng khi nước nhà được độc lập, tự do và dân chủ. Tuy nhiên, chưa được một năm vào ngày 30/1/1948, Ngài đã bị sự si mê bạo động "himsa" của kẻ cuồng tín Hindu ám sát, dẫn đến cái chết. Ngài hưởng thọ 78 tuổi.

Sự ra đi của Thánh Gandhi đã gây tác động sâu sắc khắp thế giới. Tất cả đều nhỏ lệ, thương tiếc tiễn biệt một vị Thánh "ahimsa" hiếm có trên đời. Tenzin Gyatso, Đức Đạt Lai Lạt Ma thứ 14[46] đã viếng mộ của Thánh Gandhi và có lời chia buồn như sau:

"Đối với tôi, Mahatma Gandhi tượng trưng cho bất bạo động (Ahimsa) hay tình thương (Karuna). Một trong những

https://baobinhdinh.vn/562/2003/2/1967/

44 Dr. Ram Ponnu, Ahimsa: Its theory and practice in Gandhism. https://www.mkgandhi.org/articles/ahimsa-Its-theory-and-practice-in-Gandhism.html

45 John Dear, The Experiments of Gandhi: Nonviolence In The Nuclear Age, Gandhi Journal, August, 2009. https://www.mkgandhi.org/articles/ahimsa-Its-theory-and-practice-in-Gandhism.html

46 His Holiness the Dalai Lama, An Icon of Ahimsa - Mahatma Gandhi (1869–1948), published by India Today, August 21, 2021. https://www.dalailama.com/messages/transcripts-and-interviews/an-icon-ofahimsa-mahatma-gandhi-1869-1948

cam kết chính của tôi hôm nay là thúc đẩy hai nguyên tắc này và tôi tin rằng Ấn Độ là quốc gia duy nhất có tiềm năng kết hợp kiến thức cổ xưa với nền giáo dục hiện đại. Thánh Gandhi (Gandhiji) là tấm gương tiêu biểu cho cả Ahimsa và Karuna, và tôi coi Ngài như một người thầy của mình.

Trong chuyến viếng thăm Ấn Độ lần đầu tiên vào năm 1956, tôi đã hành hương đến Rajghat, bên bờ sông Jamuna, nơi Mahatma Gandhi được hỏa táng. Khi đứng đó cầu nguyện, tôi cảm thấy rất buồn vì không được gặp Ngài trực tiếp, nhưng cũng vô cùng vui mừng trước gương sáng tuyệt vời của cuộc đời Ngài. Đối với tôi, Ngài là một chính trị gia kiểu mẫu, một người đặt niềm tin vào lòng vị tha lên trên mọi cá nhân và luôn duy trì sự tôn trọng đối với tất cả các truyền thống tâm linh vĩ đại.

Thánh Gandhi là người vĩ đại nhất trong thời đại chúng ta, người đã tiếp tục cho đến cuối đời để bảo vệ tinh thần của Ấn Độ và của toàn thể nhân loại: một người thực sự tin tưởng vào hòa bình và hòa hợp. Ngài đã truyền cảm hứng cho người dân ở Châu Phi và Châu Mỹ như Nelson Mandela và Martin Luther King Jr. Ngày nay, trong một thế giới mà hành vi bắt nạt và giết chóc vẫn diễn ra, chúng ta cần lòng nhân ái và bất bạo động hơn bao giờ hết. Tôi cam kết chắc chắn sẽ kết hợp những lý tưởng này với nền giáo dục hiện đại tốt nhất."

4.2. Dr. Bhimrao Ramji Ambedkar (1891-1956)

Giáo sư Tiến sĩ Bhimrao Ramji Ambedkar còn được gọi là Babasaheb Ambedkar, một luật gia, một nhà thắp sáng ngọn đuốc Phật pháp, ngọn đuốc vĩ đại của bình đẳng, bất hại (ahimsa) tại xứ sở Ấn Độ vào thế kỷ 20.

Phật tử Ambedkar và bản Hiến Pháp đầu tiên của Ấn Độ. (Ảnh: Internet)

Ambedkar sinh trong một gia đình tiện dân nghèo nàn tại bang Madhya Pradesh, Ấn Độ. Nhờ có trí thông minh, nên được vị vương công của tiểu bang Baroda (Badodara) nâng đỡ và ủng hộ học phí. Tuy nhiên, đời sống xã hội Ấn Độ lúc bấy giờ mang nặng không khí phân biệt bốn giai cấp: Bà-La-Môn (thầy tu đạo Hindu), Sát-Đế-Ly (vua chúa), Phệ-Xá (buôn bán), Thủ-Đà-La (tiện dân bần cùng, nô lệ, nghèo nhất)[47] khiến cho đứa học trò

47 Bốn giai cấp: Bà-La-Môn, Sát-Đế-Ly, Phệ-Xá, Thủ-Đà-La.
Trước khi Phật ra đời, Ấn Độ là nước nhiễu nhương, khốn khổ. Giống dân di mục A Ly A (Arya) đã nhanh nhẹn chinh phục thổ dân Đạt La Tỳ Đồ (Dravida). Họ thiết lập trật tự xã hội, tạo ra luật Mã Nổ (Manu), độc đoán chia dân Ấn ra làm bốn giai cấp:

1. Giai cấp Bà La Môn (Brahman): tác giả pháp điển Mã Nổ, là giai cấp cao quí nhất, độc quyền về học thuật, tư tưởng va chủ trì tế lễ.
2. Giai cấp Sát Đế Ly (Ksatriya): giữ độc quyền về chính trị theo thể chế

thuộc giai cấp cùng đinh này bị áp bức, tủi nhục, chẳng hạn như:

-Không được ngồi chung ghế với các học trò giàu có.

- Không được ngồi chơi chung các trò chơi với các bạn thượng lưu ở ngoài sân.

- Không được học ngôn ngữ Sanskrit là ngôn ngữ Thánh triết của Phạm thiên (vị Thượng Đế của đạo Bà-la-môn, nay là đạo Hindu).

- Không được thầy giáo kiểm tra bài tập của các học trò thuộc giai cấp đê tiện...

Tuy nhiên, với quyết tâm học hành để sau này cải cách xã hội, tại Bombay, ông tốt nghiệp hai bằng: cử nhân Chính trị và cử nhân Kinh tế. Rồi ông được di du học và tốt nghiệp Tiến sĩ kinh tế ở Đại học Columbia; rồi sang Anh quốc tiếp tục học kinh tế và chính trị ở trường Kinh Tế Học tại Luân Đôn.

Trở về quê hương, khi nghe dân chúng giai cấp thấp bị cấm không cho vào các đền thờ Hindu và uống nước ở các vòi công cộng (vì sợ làm dơ nước uống và sự thanh khiết của đền thờ). Quá uất ức, Dr. Ambedkar đứng lên lãnh đạo các cuộc kháng cự bất bạo động (ahimsa), quyết liệt đòi hỏi sự công bình, công lý cho tiện dân, bởi lẽ như Đức Phật dạy: "Không có giai cấp trong giọt nước mắt cùng mặn, cũng không có giai cấp trong giọt máu cùng đỏ."[48]

Giáo sư B.R. Ambedkar được Thủ tướng Nerhu bổ nhiệm làm Bộ trưởng tư pháp với trọng trách soạn thảo bản hiến pháp đầu tiên cho nước Ấn, kể từ khi, người Ấn giành được độc lập

cha truyền con nối. Họ có toàn quyền sinh sát.

3. Giai cấp Phệ Xá (Vaisya): gồm giới nông, công, thương, không được quyền học hỏi, sống nai lưng ra làm việc để phục vụ cho hai giai cấp giáp sĩ và quí tộc. Họ tha hồ bị áp bức, bóc lột.
4. Giai cấp Thủ Đà La (Sudra): gồm các thổ dân tiền trú và giống người Đạt La Tỳ Đồ bại trận. Đây là giai cấp bần cùng, sống trong tủi nhục, bi đát.

Đặng Ngọc Chức, Đức Phật - Nhà Cách Mạng.
https://www.budsas.org/uni/u-vbud/vbpha106.htm

48 https://phatgiao.vn/bai-viet/thong-diep-thang-tu.html
https://thuvienhoasen.org/a37411/mau-ai-cung-do-nuoc-mat-ai-cung-man-

từ thực dân Anh.

Giáo sư Ambedkar đưa vào hiến pháp Ấn với các điều khoản bình đẳng và bất hại (ahimsa) như sau: Cấm tất cả mọi hình thức kỳ thị giữa các tầng lớp dân chúng, bình đẳng cho người tiện dân và bình đẳng cho người phụ nữ, tự do tôn giáo, cải thiện vai trò của người phụ nữ trong xã hội, nâng đỡ người nghèo khó, giúp con cái người nghèo được đi học, mọi người đều được quyền xin việc làm tương xứng với khả năng của mình, không được căn cứ vào giai cấp từ trước của họ.[49]

Giáo sư B.R. Ambedkar đã thấy được Đức Phật Thích Ca xuất hiện giữa Ấn Độ, đúng lúc sự bất mãn chế độ, kỳ thị giai cấp đang lan sâu trong mọi tầng lớp xã-hội và Ngài mở đầu cho cuộc cách mạng xã hội bằng chủ trương "bình đẳng" và "bất sát (ahimsa)." Giáo sư B.R. Ambedkar đã nhận thấy sự cao quý trong đạo Phật, và từ một người theo đạo Hindu, ông xin quy y Tam bảo và cải đạo theo Phật giáo. Ông nhất quyết bước theo con đường mở rộng của Đức thế Tôn:

* Bình đẳng mọi giai cấp

* Không có hình thức kỳ thị

* Nam nữ bình quyền

* Tự do, dân chủ

* Ai cũng đều hưởng tu tập tâm linh và giác ngộ

* Cao thấp trong xa hội là do chính hành động và tư cách của vị đó, chứ không có một hệ thống định kiến xã hội áp đặt.

* Tăng đoàn là một hình thức dân chủ, đón nhận tất cả mọi giai cấp trong xã hội.

Vào ngày 3-10-1954, trên Đài BBC, Giáo sư B.R. Ambedkar nói rằng: "Triết học xã hội của tôi có thể nói được bao hàm trong ba từ: tự do, bình đẳng và tình ái hữu. Tôi đã rút chúng ra từ giáo

---

49 Ambedkar - Người thắp sáng lại ngọn lửa Phật pháp.
Theo phatphap.org.vn
https://fos.ussh.vnu.edu.vn/vi/news/tan-man-phuong-dong/ambedkar-nguoi-thap-sang-lai-ngon-lua-phat-phap-150.html

pháp của Thầy tôi, Đức Phật."

"Tôi yêu thích Phật giáo hơn vì tôn giáo này đưa ra ba nguyên tắc kết hợp mà không tôn giáo nào đưa ra. Tất cả những tôn giáo khác đang tự quấy rầy mình với 'Thượng đế' 'linh hồn' và 'đời sống sau khi chết'. Phật giáo dạy 'trí tuệ' (prajna), 'từ bi' (karuna) và 'bình đẳng'. Đây là những gì hấp dẫn tôi. Ba nguyên tắc này cũng có thể hấp dẫn thế giới. Không có Thượng đế hay linh hồn nào có thể cứu được xã hội," "Chỉ có một người duy nhất đã cất lên tiếng nói chống lại sự phân chia đẳng cấp và giải phóng tầng lớp tiện dân, đó chính là Đức Phật."[50]

Giáo sư B.R. Ambedkar kêu gọi những người tiện dân hãy nương theo tam bảo (Phật, Pháp, Tăng) vì đó là con đường bình đẳng, bất hại, không bạo động, có thể mang hạnh phúc và giải thoát họ khỏi chế độ áp bức giai cấp. Đáp ứng lời kêu gọi đó, ngày 14 tháng 10, năm 1956, đã có 500.000 tiện dân (Dalit) xin quy y Tam bảo tập thể. Quả thật đây là một ngày lịch sử đã đánh dấu sự hồi sinh của Phật giáo trên đất Ấn.[51]

Bất bạo động của Tiến sĩ Babasaheb Ambedkar là sức mạnh tinh thần của một cá thể, đã dùng tư tưởng, lý lẽ, thương thuyết ôn hòa để phản đối xã hội Ấn độ cổ đại bất công và lay chuyển cả một xã hội, cảnh tỉnh cộng đồng. Điều này đã thành công trong việc khiến có 500.000 tiện dân (Dalit) phát tâm theo con đường bất bạo động và quy y Phật. Tư tưởng bất bạo động đó, được viết trong hiến pháp đầu tiên của một nước Ấn độ độc lập được dân Ấn Độ theo phương án ahimsa đó mà sống an vui, hạnh phúc cho đến ngày nay.

---

50 Ravi Shankar Sing, Ảnh hưởng của phong trào phục hưng Phật giáo của B.R.Ambedkar vào việc phát triển kinh tế-xã hội của tầng lớp tiện dân ở Ấn Độ.
http://hoangphap.info/Page.aspx?ArticleID=6081&SubID=5&ID=6

51 Ambedkar - Người thắp sáng lại ngọn lửa Phật pháp.
https://fos.ussh.vnu.edu.vn/vi/news/tan-man-phuong-dong/ambedkar-nguoi-thap-sang-lai-ngon-lua-phat-phap-150.html

Vợ chồng Tiến Sĩ Ambedkar và 500.000 tiện dân đang làm lễ Quy Y Tam Bảo. (Ảnh: Internet)

Thật tiếc thay, vô thường đến, chưa đầy hai tháng thì giáo sư đã qua đời. Sự cống hiến của giáo sư "Babasaheb"[52] Ambedkar (Người Cha Ambedkar) như một huynh trưởng cư sĩ Phật tử thuần thành tài giỏi, một bộ trưởng luật đầu tiên của Ấn Độ độc lập, một nhà cải cách, cách mạng xã hội với phương châm bình đẳng và bất hại (ahimsa) đã được đất nước Ấn độ ghi nhận. Đài tưởng niệm quốc gia Ambedkar được thành lập ở New Delhi, nơi Tiến sĩ Ambedkar qua đời vào ngày 6-12-1956 và sinh nhật của Ngài được kỷ niệm khắp Ấn Độ.

52 Babasaheb: father, nhà sáng lập.
Babasaheb (Devanagari: बाबासाहेब, IAST: Bābāsāhēb) is a nickname given in India. It is a Marathi phrase which means "Respected Father" (Baba = father and Saheb = sir).
https://www.google.com/search?q=babasaheb

4.3. Bồ Tát Thích Quảng Đức (1897-1963)

Phương thức đấu tranh bất bạo động của M.Gandhi và Tiến sĩ Babasaheb Ambedkar đã có những tác động trực tiếp và mạnh mẽ đến phong trào đấu tranh chống chính sách kỳ thị tôn giáo của giới Phật giáo miền Nam Việt Nam trước Chính quyền Ngô Đình Diệm năm 1963.

Nếu Ấn Độ, có thánh Mahatma Gandhi (1869-1948) kêu gọi dân Ấn đứng lên đấu tranh đòi tự do độc lập từ đế quốc Anh trong tinh thần bất bạo động (ahimsa) và Dr. Bhimrao Ramji Ambedkar (1891-1956) lãnh đạo quần chúng hạ tiện cải đạo, nương tựa Tam bảo để tranh đấu vô hại (ahimsa) đòi bình đẳng trong kỳ thị giai cấp ở Ấn-đô, thì ở Việt Nam, có Bồ tát Thích Quảng Đức (1897 - 1963) tự thiêu để phản đối và đấu tranh cho nhân quyền, bình đẳng tôn giáo với chánh quyền Ngô Đình Diệm (miền Nam Sài Gòn).

Hoà Thượng Thích Quảng Đức tên đời là Lâm Văn Tuất, sinh năm 1897 tại tỉnh Khánh Hòa. Xuất gia lúc 7 tuổi và thọ giới Tỳ-kheo cụ túc lúc 20 tuổi. Hòa thượng đã kiến tạo và trùng tu 14 ngôi chùa ở Miền Trung. Năm 1943 Ngài chuyển vào Miền Nam hoằng pháp, làm Phó Trị Sự ở Chùa Xá Lợi, Sài Gòn. Ngày 11 tháng 06 năm 1963, Hòa Thượng tẩm xăng tự thiêu, để đấu tranh đòi bình đẳng tôn giáo. Ngài hưởng thọ 66 tuổi đời và 46 tuổi đạo.

Tổng thống Ngô Đình Diệm (tín đồ Thiên Chúa Giáo) muốn thực hiện âm mưu loại Phật giáo ra khỏi đời sống tín ngưỡng, tôn giáo của nhân dân miền Nam, bằng cách chỉ cho treo cờ Quốc gia mà không cho treo cờ Phật giáo với ý đồ hạ uy thế của Phật giáo có ảnh hưởng sâu rộng trong các tầng lớp nhân dân. Nên ngày 9 tháng 1 năm 1956, Ngô Đình Diệm ra Dụ số 4 là huỷ bỏ ngày lễ Phật đản trong danh sách những ngày nghỉ lễ tôn giáo dành cho công chức và binh sĩ cũng như cấm treo cờ Phật giáo trong ngày lễ Phật Đản.

Đầu tháng 5 năm 1963, miền Nam bị cấm treo cờ trong ngày lễ Phật Đản, tám Phật tử biểu tình ở đài phát thanh Huế bị thảm sát, nhiều quần chúng Phật tử bị bắt bớ, đánh đập, bắt cóc, phong toả chùa chiền, không cho tự do tôn giáo, bất công... Trước sự đàn áp hung bạo của chính quyền Diệm như vậy, Tăng Ni, Phật tử, từ nông thôn đến đô thị, đồng lòng đứng lên phản đối sự đàn áp Phật giáo và đấu tranh chống chế độ thống trị độc tài, gia đình trị, giáo trị của cường quyền. Ngày 7/5/1963, giới Phật giáo miền Nam Việt Nam đã quyết định sẽ công khai công bố hình thức đấu tranh với những sách lược cơ bản như sau:

Tính chất: Thuần túy tín ngưỡng

Mục tiêu: đấu tranh nhân quyền, bình đẳng tôn giáo, tự do cho tín ngưỡng Phật giáo

Phương án 1: Lên tiếng, can thiệp, thuyết phục, thương lượng ôn hòa.

Phương án 2: Tăng ni Phật tử biểu tình, tuần hành phản đối.

Phương án 3: Tuyệt thực bất bạo động (ahimsa).

Phương án 4: Đỉnh cao của xung đột: Tự thiêu là một phương án cao nhất và hy sinh tự thân là cao nhất của bất bạo động.

Nhằm cảnh báo cho chánh quyền Diệm biết là không được vượt qua quyền hạn tự do tín ngưỡng và không được thiên vị tôn giáo. Phật giáo đưa ra đề nghị năm nguyện vọng chính đáng khả thi. Tuy nhiên, chánh quyền Diệm không bày tỏ thiện chí giải quyết, vẫn làm ngơ, phớt lờ, không cần biết đến và cứ để cho quân đội Sài gòn tiếp tục trực tiếp bắt nhốt, đánh đập, đàn áp, bắt cóc... các nhà sư, Phật tử, sinh viên, học sinh, đồng bào vô tội.

Rồi đỉnh điểm mâu thuẩn, xung đột đã đến, vào cuối tháng 5 năm 1963, Hoà Thượng Thích Quảng Đức viết thư xin tự thiêu nhưng bị các cấp lãnh đạo Phật Giáo từ chối. Đến đầu tháng 6, khi cuộc khủng hoảng đang đi vào bế tắc và không thể chấp nhận tình hình lộng hành lạm quyền như vậy, Phật Giáo đồng ý nâng hình thức tranh đấu bất bạo động ở mức cao nhất, đầy bi thương, đầy từ ái, đầy hy sinh là đồng ý cho Bồ tát Thích Quảng Đức tẩm xăng thiêu đốt tấm thân "đất nước gió lửa" của chính

Ngài, để cảnh tỉnh và đánh động các nhà lãnh đạo chính quyền Diệm hà khắc.

Không một tâm hận thù hay oán ghét, di thư của Hòa thượng trước khi tự thiêu, gởi cho Tổng Thống Diệm rất nhẹ nhàng, cảnh tỉnh và đánh thức một người con Việt đi sai đường và trong tình dân tộc của người con Việt, Hòa thượng ghi:

"Mong ơn Phật Tổ gia hộ cho Tổng Thống Ngô Đình Diệm sáng suốt chấp nhận năm nguyện vọng tối thiểu của Phật Giáo Việt Nam... Cầu nguyện cho đất nước thanh bình, quốc dân an lạc...".[53]

Giây phút lịch sử của ngày 11 tháng 6 năm 1963 đã đến, thế giới chứng kiến một cuộc tuần hành của hơn 800 nhà sư. Rồi đúng 9:17g sáng, Hoà Thượng Thích Quảng Đức đã ngồi kiết già bình yên, tự bật diêm quẹt tự thiêu tại ngã tư Lê Văn Duyệt và Phan Đình Phùng, Sài Gòn, trước sự chứng kiến của lực lượng cảnh sát, Phật Tử và các phóng viên ngoại quốc.

Bồ tát Thích Quảng Đức trong ngọn lửa tự thiêu.
(Ảnh: Malcolm Browne)

53 Khuyết danh, Bức thư "Lời nguyện tâm huyết" của Bồ Tát Thích Quảng Đức trước khi tự thiêu.
https://quangduc.com/a6759/buc-thu-loi-nguyen-tam-huyet-cua-bo-tat-thich-quang-duc-truoc-khi-tu-thieu

Khí thế đấu tranh bất bạo động của Bồ tát Thích Quảng Đức, của Tăng ni Phật tử hết sức mãnh liệt, sôi sục. Họ kiên quyết bảo vệ Bồ tát Thích Quảng Đức bằng cách vây quanh Ngài nhiều vòng. Có nhiều người nằm lăn trước bánh xe cứu hỏa, xe cảnh sát, đưa thân chịu các trận đánh dùi cui của cảnh sát, để cản trở, không ai được quyền phá hủy giây phút thiêng liêng hy sinh thân mạng, giây phút phi thường bất bạo động (ahimsa) này của Bồ tát Thích Quảng Đức.

Ôi một ngọn lửa hào hùng bừng cháy! Nhưng trái tim xá lợi của Ngài vẫn còn nguyên như gởi lại tình thương cho nhân thế và Phật giáo Việt Nam. Tâm nguyện bất bạo động (ahimsa) lớn lao cao cả của Ngài phát ra mà trái tim trở thành kim cương, không bị cháy dưới sức nóng của xăng lửa. Chất liệu hùng lực, nguyện lực của tình thương và trí tuệ siêu phàm đã làm nên trái tim siêu việt.

Trái tim Bồ tát Thích Quảng Đức nguyên vẹn, bất diệt, không bị cháy. (Ảnh: Malcolm Browne)

Một trái tim linh hiển thiêng liêng giữa đời thường! Một cái chết vì đạo uy linh, dũng cảm, cao thượng! Hàng triệu trái tim trên thế giới nhỏ lệ, cúi đầu rúng động, trước sự đấu tranh bất hại, sự hy sinh to lớn của Bồ tát Thích Quảng Đức.

Thế giới kính ngưỡng và hầu như toàn thể các cơ quan truyền thông khắp nơi đều đăng lại tấm hình tự thiêu hùng tráng và bi thiết nầy, đúng như Giáo sư Trần Văn Giàu ghi nhận: "Cuộc hy sinh phi thường và dũng cảm của Hoà thượng Thích Quảng Đức, hình ảnh Ngài ngồi thẳng như tượng đá trong ngọn lửa rực hồng đã phát nhanh như một làn sóng điện làm sôi nổi dư luận trong cả nước Việt Nam và trên thế giới."[54]

Ngày 14 tháng 6, nhật báo New York Times đăng trên trang nhất "Mỹ cảnh cáo Việt Nam về những nguyện vọng của Phật Giáo: Tổng Thống Diệm được bảo là ông ta có thể bị khiển trách nếu không thỏa mãn được những kêu ca chính đáng về tôn giáo." ("U.S. Warns South Vietnam on Demands of Buddhists: Diem is told he faces censure if he fails to satisfy religious grievances, many of which are called just."). Sử gia Seth Jacobs nhận xét là Hoà Thượng Thích Quảng Đức "cũng đã đốt ra tro con bài Ngô Đình Diệm của Mỹ" ("reduced America's Diệm experiment to ashes as well").

Quả đúng như thế, dù bất bạo động, ôn hòa, không làm cho đối tượng chảy máu thương vong, nhưng sức mạnh tinh thần bất bạo động của một cá thể Thích Quảng Đức là một bước ngoặt, lay chuyển cả một chế độ, cảnh tỉnh cho cả một thế gian đầy bạo lực bất công. Như kết quả, đầu tháng 11 năm 1963, là thời khắc trọng yếu dẫn đến việc chế độ Ngô Đình Diệm do Mỹ hậu thuẫn đã bị lật đổ.

Tháng 9 năm 2010, một tượng đài tưởng niệm Bồ Tát Thích Quảng Đức được khánh thành tại Sài Gòn, ngay ở địa điểm mà Ngài đã tự thiêu. Hàng năm ở Việt nam và hải ngoại thường làm lễ tưởng niệm Bồ tát Thánh tử đạo Thích Quảng Đức.

---

54 Trần Văn Giàu, Miền Nam giữ vững thành đồng, tập II, Nxb. Khoa học, Hà Nội, 1966, tr. 342.
https://thuvienhoasen.org/

Tượng đài tưởng niệm Bồ Tát Thích Quảng Đức.
(Ảnh: Giác Ngộ Online)

4.4. Martin Luther King Jr. (1929- 1968)

Giữa thế kỷ 20, thế giới đã chứng kiến nhiều cuộc đấu tranh bất bạo động (ahimsa) nổi tiếng như Mahatma Gandhi (Ấn Độ) chống thực dân Anh, Dr.Bhimrao Ramji Ambedkar (Ấn Độ) đấu tranh kỳ thị giai cấp hạ tiện và Bồ tát Thích Quảng Đức (Việt nam) ngọn lửa tự thiêu phản ảnh đàn áp Phật giáo của chế độ Ngô Đình Diệm. Ít nhiều các hình ảnh bất khuất này đã truyền cảm hứng cho Tiến sĩ Mục sư Martin Luther King Jr trong việc lãnh đạo phong trào dân quyền, nhằm kết thúc nạn phân biệt chủng tộc và bạo lực tại Hoa kỳ.

Mục sư Martin Luther King Jr thuộc hệ thống Tin Lành Baptist miền Nam (Southern Baptist), vốn là người Mỹ gốc Phi Châu, sinh năm 1929 tại Atlanta, Georgia, trong một gia đình thuộc tầng lớp trung lưu, có ba đời làm mục sư. Năm 1955, ông tốt nghiệp Tiến sĩ chuyên ngành Thần học và có năng khiếu diễn thuyết trước cộng đồng. Ông là nhà hoạt động nhân quyền, đặt nền móng bình đẳng sắc tộc, có ảnh hưởng lớn trong lịch sử Hoa Kỳ và đoạt giải Nobel hòa bình.

Theo lịch sử cận hiện đại, vào thế kỷ XVII trở đi, người

Mỹ da đen gốc Phi Châu băng qua Đại Tây Dương đến Mỹ Châu sinh sống như nô lệ cho các người chủ da trắng. Cuộc nội chiến (civil war 1860-1865) về chế độ nô lệ đã xảy ra giữa hai phe Union (the North) và Confederacy (the South). Năm 1863, Tổng Thống Lincoln lãnh đạo phe Liên Bang (the Union) đã ban hành luật: "Tuyên cáo Giải Phóng Nô Lệ" (Emancipation Proclamation).

Tuy nhiên đến thế kỷ 20, người da màu (colored people) vẫn bị kỳ thị như giai cấp hạ tiện ở Ấn Độ, nghĩa là họ sẽ làm dơ xe, dơ đường đi, dơ quán ăn, dơ nhà vệ sinh... vì họ xài chung, dùng chung với người da trắng. Vì vậy, người da màu bị cấm không được sử dụng những phương tiện công cộng chung với người da trắng như xe buýt, xe lửa, quán ăn, nhà vệ sinh... Nếu thấy da trắng, thì da màu phải nhường ghế, ngồi ở phía sau, và đi lối dành riêng cho người da màu... họ thường bị khinh khi, đánh đập, miệt thị, bắt nạt, sát hại...

Khởi sự bắt đầu vào cuối năm 1955, bà công nhân da màu tên Rosa Parks, khư khư không đứng lên nhường chỗ cho người da trắng trên chuyến xe buýt của thành phố Montgomory, tiểu bang Alabama.

Từ đó, nổ ra nhiều cuộc tranh đấu đòi quyền công bình và công lý cho tập thể người Mỹ gốc Phi Châu tại các tiểu bang miền Nam nước Mỹ.

Ku Klux Klan, nhóm chủ trương kỳ thị cực đoan người da trắng được cảnh sát địa phương bao che, đã gây ra nhiều vụ bạo động, chống lại người da màu như đốt xe, đốt nhà thờ, và đánh đập, ức hiếp, khinh khi, sát hại người da màu vô cớ...

Thập niên 1950, mục sư trẻ tuổi Martin Luther King bắt đầu dấn thân tranh đấu bất bạo động (ahimsa) không ngừng nghỉ cho dân quyền của người da màu. Vì thế, ông đã nổi tiếng như một vị lãnh đạo sáng giá trong phong trào đòi quyền bình đẳng tại nước Mỹ dù bị nhiều thử thách gian khó, bị bắt giam, theo dõi, hà hiếp, đánh bom, và cuối cùng bị *'kẻ cuồng tín bạo động'* ám sát, dẫn đến cái chết vào năm 1968, khi còn rất trẻ chỉ 39 tuổi.

Mục sư Martin Luther King, Jr. đang diễn thuyết "Tôi có một Ước Mơ." (Ảnh: Internet)

Những đóng góp nổi bật của Martin Luther King trong việc dùng bất bạo động (ahimsa) chống phân biệt chủng tộc, được biết đến như sau:

Luther King tổ chức cuộc phản đối và tẩy chay xe buýt công cộng Montgomery ở Alabama vào năm 1955 (kéo dài hơn một năm) và ông đã bị bắt giam, nhưng vì sự bình đẳng cho người da đen và dân tộc thiểu số, ông quyết duy trì công lý và công bằng: "Khả năng chịu đựng của chúng tôi sẽ làm hao mòn các ngài."[55]

Vào ngày 28 tháng 8 năm 1963, ông đã lãnh đạo cuộc tuần hành ôn hòa tại thủ đô Washington và trong đó có bài diễn thuyết hùng hồn "Tôi có Một Giấc Mơ" (I Have a Dream) với hơn 250.000 người tham dự trước bậc thềm của đài tưởng niệm Lincoln. Nội

---

55 "I Have A Dream" Speech by Dr. Martin Luther King, Jr. March on Washington for Jobs and Freedom, August 28, 1963. https://www.marshall.edu/onemarshallu/i-have-a-dream/

dung ước mơ nói về một thế giới, trong đó con người được đánh giá không theo màu da mà theo phẩm chất bên trong. Ý tưởng này giống như Đức Phật đã từng dạy con người thấp hèn hay cao thượng không phải do giai cấp, màu da mà do hành động, nghiệp và tư cách của mình: "Tất cả chúng ta đều bình đẳng, không có giai cấp trong giọt máu cùng đỏ và trong giọt nước mắt cùng mặn. Máu ai cũng đỏ và nước mắt ai cũng mặn."[56]

Bài phát biểu gây chấn động này được xem là một trong những bài phát biểu vĩ đại nhất trong lịch sử Hoa Kỳ, giúp nâng cao nhận thức của công chúng về phong trào dân quyền, thúc đẩy cải cách và thay đổi xã hội. Kết quả mỹ mãn là ngày 2/7/1964, Tổng thống Mỹ Johnson ký ban hành Luật Nhân quyền, chính thức công nhận tự do, bình đẳng của con người là những quyền cơ bản được pháp luật bảo vệ.

Hội nhân quyền của người Mỹ gốc Phi Châu do Mục sư Luther King sáng lập, cũng là chủ tịch đầu tiên của Diễn đàn Lãnh đạo Thiên chúa giáo miền Nam (SCLC).

Gây áp lực xóa bỏ Jim Crow (một loạt các luật phân biệt chủng tộc) bằng các cuộc biểu tình ngồi và tuần hành ôn hòa (không bạo động), khiến các doanh nghiệp và nhà hàng công cộng đồng ý phục vụ các khách hàng người Mỹ gốc Phi.

Luther King giúp thông qua Đạo luật Dân quyền 1964 và Đạo luật Quyền bầu cử năm 1965, để kết thúc sự phân biệt chủng tộc và phân biệt đối xử trong đất nước.

Luther King đã dẫn dắt hàng trăm ngàn người Mỹ tham gia các cuộc biểu tình cải thiện điều kiện kinh tế, xã hội, cho những người nghèo khó và phản đối cuộc chiến tranh Việt Nam.

Với tài hùng biện và trái tim nhiệt huyết, Luther King đã đi nhiều nơi, trong khoảng thời gian 1957-1968, diễn thuyết hơn 2.500 bài, viết vô số bài báo và xuất bản năm cuốn sách để

56 Như phia trước đã đề cập trong mục 2.9. Đức Phật đã dùng chủ nghĩa bình đẳng và bất hại (ahimsa) để cách mạng xã hội.
-Cô Gái Hạ Tiện Yêu Tôn Giả Ānanda, Một cuộc đời, Một vầng nhật nguyệt, Tập 6, Minh Đức Triều Tâm Ảnh, Nhà xuất bản Văn Học, 2014. https://thuvienhoasen.org/a21264

truyền cảm hứng bình đẳng kêu gọi xóa bỏ nạn phân biệt chủng tộc.

Tầm ảnh hưởng phi bạo lực (ahimsa), trong nỗ lực xây dựng hòa bình và công bằng của Luther King chẳng những ảnh hưởng đến người Mỹ mà còn lan tỏa ra khắp thế giới. Năm 1964, Martin Luther King đã trở thành vị khôi nguyên, 35 tuổi, người trẻ nhất nhận giải thưởng Noel Hòa Bình.

Tượng đài của Mục sư Luther King được dựng ở nhiều nơi trên nước Mỹ, Ngày sinh nhật của ông thành ngày lễ chính thức của Hoa Kỳ và tên của ông cũng được lấy đặt tên cho những con đường chẳng những ở Mỹ,[57] Việt nam[58] và nhiều nơi trên thế giới.

Tượng nhà tranh đấu dân quyền da đen Martin Luther King, Jr., ở National Mall, Washington D.C. (Ảnh: Internet)

57 Ví dụ: đại lộ Martin Luther King Blvd, Riverside, California.

58 Đường Luther King ở khu đô thị Phú Mỹ Hưng, quận 7, TP HCM, Vietnam.

CHƯƠNG 5

KẾT LUẬN

Trong bài viết này, đã giới thiệu tinh thần Ahimsa của Đức Phật Thích Ca và vua A-dục thời cổ đại cũng như Mahatma Gandhi, Dr. Bhimrao Ramji Ambedkar, Bồ tát Thích Quảng Đức, Martin Luther King Jr. trong thời cận hiện đại.

5.1. Tuyên ngôn về Bất bạo động của các nhà hoạt động hòa bình

Các tuyên ngôn hòa bình, bình đẳng và bất bạo động (ahimsa) có tầm ảnh hưởng lớn của sáu nhà cách mạng xã hội này có thể biết đến như sau:

"Không có giai cấp trong giọt nước mắt cùng mặn, cũng không có giai cấp trong giọt máu cùng đỏ."[59] (Đức Phật)

"Phải theo con đường bất bạo động (ahimsa) có mực thước. Nhưng sẽ không thể nào noi theo được con đường ôn hòa ấy, nếu chúng ta còn làm nô lệ cho những tật xấu như đố kỵ, thiếu kiên nhẫn, tàn ác, nóng vội, thiếu chuyên sâu, lười biếng và thụ động."[60] (Vua A-dục)

59 Thích Đức Trường, Thông điệp tháng Tư. https://phatgiao.vn/bai-viet/thong-diep-thang-tu.html https://thuvienhoasen.org/a37411/mau-ai-cung-do-nuoc-mat-ai-cung-man-

60 K. R. Norman, Phật Giáo và A-dục Vương, Nguyên Tâm chuyển Việt ngữ và tuyển tập các bài viết về vua A Dục.

"Nếu không có chân lý (truth) và bất bạo động (ahimsa) thì không có gì khác ngoài sự hủy diệt nhân loại."[61] (Mahatma Gandhi)

"Thi hành chính sách bình đẳng và bất bạo động với tôn giáo để giữ vững nước nhà muôn thuở."[62] (Thích Quảng Đức)

"Bạo lực chỉ mang lại những chiến thắng tạm thời; bạo lực, là cách tạo ra nhiều vấn đề xã hội hơn những vấn đề nó giải quyết, không bao giờ mang lại hòa bình vĩnh viễn."[63] (Martin Luther King Jr.)

https://quangduc.com/a27861/Aśoka-cuoc-doi-va-su-nghiep-tuyen-tap-cac-bai-viet-ve-vua-a-duc

61 Dr. Ram Ponnu, Ahimsa: Its theory and practice in Gandhism. https://www.mkgandhi.org/articles/ahimsa-Its-theory-and-practice-in-Gandhism.html

62 Châu Thành, Bồ Tát Thích Quảng Đức Từ Lời Nguyện Đến Trái Tim. https://thuvienhoasen.org/a17333/bo-tat-thich-quang-duc-tu-loi-nguyen-den-trai-tim

63 Tuyển tập và dịch: Hoàng Thị Thùy Dung, 80 Câu Trích Dẫn Của Martin Luther King Jr Truyền Cảm Hứng Về Lòng Dũng Cảm, Hòa Bình Và Sự Công Bằng. https://ivolunteervietnam.com/80-cau-trich-dan-cua-martin-luther-king-jr-truyen-cam-hung-ve-long-dung-cam-hoa-binh-va-su-cong-bang.html

5.2. Giải pháp Bất bạo động chống đàn áp, phân biệt chủng tộc

Giải pháp chung của sáu nhà hoạt động hòa bình, lãnh đạo nhiều phong trào chống chiến tranh, đòi hòa bình, phân biệt chủng tộc như sau:

1. Chuyển hóa xung đột:

- Kêu gọi và truyền cảm hứng quần chúng nhận thức giá trị của ahimsa và nhân quyền (quyền được hưởng công bằng và công lý), chặt đứt gông cùm xiềng xích của áp bức, bất công, kỳ thị, giai cấp...

- Thương lượng ôn hòa theo nhu cầu của các bên liên quan (win the heart).

- Đánh giá cao trong việc lựa chọn phương án ahimsa hàng đầu để tránh chiến tranh xung đột.

2. Ứng dụng ahimsa:

- Giải quyết mâu thuẫn chiến lược phản kháng bằng cách: gây áp lực, bằng tâm lý, chính trị hay kinh tế để thay đổi xã hội bao gồm tuần hành, đình công, bất tuân dân sự, tẩy chay, bất hợp tác...

- Không mưu sinh bằng nghề chế tác, sản xuất, buôn bán độc dược, vũ khí (hạt nhân, sinh học, súng đạn...), đưa đến bạo lực, tiêu diệt nhân loại.

-Từ bỏ sự giết hại bạo động (ahimsa), bạo lực, chiến tranh.

- Kiến nghị xoá bỏ án tử hình (bạo động), thay bằng hình thức chung thân, giáo dục, cải tạo (theo thống kê[64] trên 195 quốc gia thành viên của Liên Hợp Quốc, có 55 quốc gia vẫn duy trì hình phạt tử hình).

- Chủ động, năng động, duy trì chiến lược phản kháng bất bạo động cho đến thành công.

- Phát triển từ bi và hiểu biết để chuyển hóa tâm hận thù,

---

64 Thống kê các nước có hay không có Luật Tử Hình. https://vi.wikipedia.org/wiki/

chiến tranh, xung đột thành tình yêu thương rộng mở vì cùng là những con người sống chung trên một hành tinh xanh.

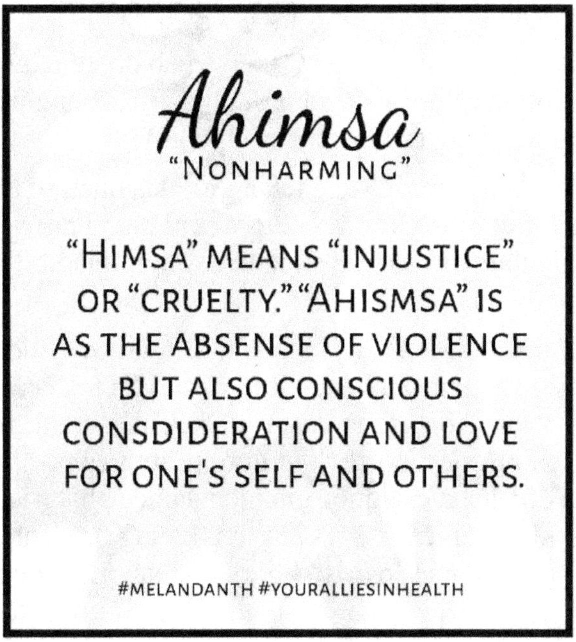

5.3. Đạo Phật đã đóng góp cho nếp sống hòa bình, không có bạo động chiến tranh, chém giết, thù hận.

Bất bạo động (ahimsa) là nền tảng xây dựng hòa bình toàn cầu. Đường lối, phương thức thay đổi xã hội của Đức Thế Tôn và vua A-dục thời cổ đại, đã đi trước thời đại tiên phong cho những phong trào cách mạng bất bạo động về sau của thời cận hiện đại như thánh Mahatma Gandhi, Dr.Bhimrao Ramji Ambedkar, Bồ tát Thích Quảng Đức, Martin Luther King...

Các nhà cách mạng đã đóng góp cho công cuộc thay đổi xã hội, đấu tranh nhân quyền, giải phóng con người thoát khỏi phân biệt chủng tộc, áp bức, nô lệ và bạo lực. Do đức hạnh bất hại (ahimsa) này mà cả năm Ngài đều được tôn vinh như các bậc Thánh nhân, Bồ tát, Phật, người hùng ahimsa vĩ đại (không cầm súng đạn). Như vậy, bản thân của khuôn vàng thước ngọc "bất bạo động" (ahimsa) có giá trị thúc đẩy đặc biệt đối với những nguyên tắc của tự do, bình đẳng, và truyền cảm hứng chẳng những cho Ấn-độ, Việt Nam, Hoa Kỳ mà còn thay đổi toàn cầu, toàn nhân loại như Martin Luther King Jr. đã mơ:

"Tôi có một ước mơ rằng một ngày nào đó, bốn đứa con nhỏ của tôi sẽ sống ở một quốc gia, nơi chúng sẽ không bị đánh giá bởi màu da mà bằng tính cách của chúng."[65]

Hiện nay, nhiều nước và nhiều người đua nhau sở hữu các vũ khí bạo lực giết người tối tân như vũ khí hạt nhân, vũ khí sinh học, vũ khí vi khuẩn, sở hữu súng đạn, gươm giáo... Đây là một điều thật nguy hiểm.

Con người đang chứng kiến nhiều loại xung đột ở nhiều mức độ khác nhau từ cá nhân, quốc gia cho tới toàn cầu. Sự mâu thuẫn trầm trọng, bất đồng chính kiến, chiến tranh nhiều mặt (tôn giáo, chính trị, kinh tế, học đường, tình cảm...), kèm theo vũ khí bạo động của các quốc gia hiện đại, cả phát triển và đang phát triển, khiến chiến tranh bùng nổ, khủng bố đánh bom liều chết, và bạo động náo loạn xã hội có thể xảy ra bất cứ lúc nào, kết quả là vô số thường dân, quân nhân và các tín đồ tôn giáo vô tội phải mất mạng một cách oan uổng như cuộc chiến đẫm máu của Russia-Ukrain, Israel-Hamas, nội chiến Houthi (Yemen), Mynmar, Paskistan, Afganistan, Syria... Liên hợp quốc và nhiều nước trên thế giới kêu gọi giải pháp hòa bình và ngừng bắn, nhưng vẫn chưa có hiệu quả. Do vậy, đức tính của ahimsa lúc nào cũng cần thiết để phổ biến, giáo dục, truyền cảm hứng đến mọi người, vẫn còn giá trị mãi mãi sau này, ngay cả các thế hệ sắp tới.

Ngoài việc, ahimsa có giá trị đưa đến đời sống hòa bình, an ổn, công bằng cho xã hội, Đức Phật còn thấy rõ ahimsa là điều kiện tiên quyết trong đời sống tâm linh. Đây là giới luật đầu tiên căn bản cho một con người muốn bước lên nấc thang thánh

---

65 "I Have a Dream" Speech by the Rev. Martin Luther King Jr. at the "March on Washington," 1963 (excerpts).
https://www.gilderlehrman.org/sites/default/files/inline-pdfs/king.dreamspeech.excerpts.pdf

hiền, giải thoát sanh tử, chứng đạt giác ngộ, thành Phật. Đây là con đường của giới, giới đưa đến định và tuệ. Giới-định-tuệ là tam vô lậu học, giúp đến giác ngộ, chứng nhập quả vị giải thoát hoàn toàn, thành một bậc thánh tràn đầy tình thương giữa cuộc đời. Cho nên, Tiến sĩ K. N. Jayatilleke[66] cũng khẳng định rằng:

"Chính nhờ lòng từ bi và bất bạo động (ahimsa) mà Phật giáo đã được truyền bá khắp vùng rộng lớn ở Châu Á một cách êm đẹp, không bao giờ có sự can thiệp của vũ lực hay uy thế chính trị, không một giọt máu nào phải đổ; không một cuộc chém giết nào xảy ra nhân danh Đạo Phật, hay nhân danh Đức Thế Tôn, thật là hãnh diện biết bao!"

Xã hội sẽ đẹp biết bao khi một người giữ ahimsa (bất hại), nhiều nhà và nhiều xã hội giữ ahimsa thì xung đột, mâu thuẫn, chiến tranh sẽ dứt, nhờ đó các nghiệp sanh tử luân hồi cũng được giải thoát. Cho nên chư Tổ dạy rằng:

Hết thảy chúng sanh không nghiệp giết
Mười phương nào có nổi đao binh
Mỗi nhà, mỗi chốn đều tu thiện
Lo gì thiên hạ chẳng thái bình.

Vâng, đạo Phật đã đóng góp rất nhiều trong việc lãnh đạo con người đạt đến một nếp sống hòa bình, hạnh phúc, bình đẳng, tự do, không có bạo động chiến tranh chém giết, thù hận,...

5.4. Phật giáo là tôn giáo của tương lai, tôn giáo của toàn cầu

Dù trải qua 2600 năm, lời dạy của Phật vẫn tồn tại, phát triển khắp nơi trên thế giới. Đức Phật Thích Ca xứng đáng là bậc vĩ nhân trên hết trong tất cả vĩ nhân thế giới như nhà Bác học vật lý A.Einstein đã tôn vinh rằng:

---

66 Thích Trí Giải, Tính Chất Bạo Động Giữa Các Tôn Giáo và Tinh Thần Bất Bạo Động Của Phật Giáo. http://www.phatgiaodaichung.com/Bai2011_04/002batbaodong.htm

"Tôn giáo của tương lai sẽ là Tôn giáo của toàn cầu, vượt lên trên mọi thần linh giáo điều Thần học. Tôn giáo ấy bao gồm cả tự nhiên lẫn siêu nhiên, đặt trên căn bản của ý thức đạo lý xuất phát từ kinh nghiệm tổng thể gồm các điều kiện trên. Trên cái nhất thể đầy ý nghĩa chỉ có đạo Phật mới có đủ điều kiện ấy."[67]

67 Thích Nguyên Tạng, Nhà Khoa Học Albert Einstein và Đạo Phật. https://www.buddhismtoday.com/viet/pgtg/nguoi/013-albert.htm

PHỤ LỤC

Trang nhà thuvienhoasen.org trân trọng giới thiệu:[68]

Đạo Phật, đạo của từ bi và trí tuệ, luôn luôn tôn trọng và đề cao cuộc sống của tất cả chúng hữu tình. Đức Phật xuất hiện trên thế gian này vì muốn mang hoà bình và hạnh phúc đến cho chư thiên và loài người. Thực vậy, từ xưa đến nay, Đạo Phật không bao giờ đem khổ đau cho bất cứ ai. Đạo Phật chỉ đưa ra con đường chuyển hoá đau khổ cho những ai có tâm tìm hiểu và mong muốn để đạt đến con đường đó.

Đó là lời mở đầu của Sư cô Thích nữ Giới Hương trong buổi hội thảo về Quan điểm của Phật giáo về án tử hình tại chùa Phước Hậu Milwaukee ngày 28-10-2006. Mời quý độc giả xem tiếp bài thuyết trình của Sư cô:

CÁC LỜI DẠY CĂN BẢN CỦA ĐỨC PHẬT VỀ HÀNH PHẠT TỬ HÌNH

Sư cô Thích Nữ Giới Hương, Ph.D.

Đạo Phật, đạo của từ bi và trí tuệ, luôn luôn tôn trọng và đề cao cuộc sống của tất cả chúng hữu tình. Đức Phật xuất hiện trên thế gian này vì muốn mang hoà bình và hạnh phúc đến cho chư thiên và loài người.

68 https://thuvienhoasen.org/a4160/xin-cho-biet-quan-diem-cua-phat-giao-ve-hinh-phat-an-tu-hinh

Thực vậy, từ xưa đến nay, Đạo Phật không bao giờ đem khổ đau cho bất cứ ai. Đạo Phật chỉ đưa ra con đường chuyển hoá đau khổ cho những ai có tâm tìm hiểu và mong muốn để đạt đến con đường đó.

Ảnh minh họa án tử hình tại Việt Nam thời Pháp thuộc.
(Ảnh: Internet)

Hôm nay, nhân dịp Hội Ái hữu thành phố Milwaukee tổ chức cuộc nói chuyện với chủ đề Quan điểm của Phật giáo về án tử hình, chúng tôi sẽ làm sáng tỏ đề tài này với những ý tưởng như sau:

I. Năm giới

Các giới luật quan trọng và căn bản hướng dẫn phát triển tâm linh rất quen thuộc với giới Phật tử là thọ trì ngũ giới (Panca Sila)[1]:

1. Con phát nguyện vâng giữ giới: không sát hại sanh vật.
2. Con phát nguyện vâng giữ giới: không lấy của không cho.
3. Con phát nguyện vâng giữ giới: không tà dâm.
4. Con phát nguyện vâng giữ giới: không nói dối.

5. Con phát nguyện vâng giữ giới: không uống rượu say.

Trong ý nghĩa thực tế, năm giới này là những điều răn cấm, nghĩa là không được phạm vào bất kỳ tội lỗi hoặc tội ác nào. Bản chất của sự răn cấm này được thể hiện ở hai phương diện:

(a) để ngăn chặn và phòng ngừa tội lỗi hoặc tội ác, chẳng hạn như cấm uống rượu say vì nó có thể dẫn tới tạo tội lỗi hoặc tội ác;

(b) để chấm dứt và không tái phạm những tội ác đã làm, như giết hại, trộm cướp, tà dâm, nói dối, v.v... chính bản chất chúng là bất thiện.

Trong ý nghĩa tích cực, giới đầu tiên giúp chúng ta tăng trưởng lòng từ bi. Giới thứ hai giúp nuôi dưỡng đức tính thành thật, tâm bao dung, không chấp thủ và chánh mạng. Giới thứ ba giúp vun bồi khả năng tự kềm chế, bảo hộ các căn và những cảm xúc, chế ngự lòng ham muốn trần tục. Giới thứ tư làm cho phát triển niềm tin yêu, tâm chân thật, và đạo đức chính trực. Và giới cuối cùng giúp chúng ta quay về chánh niệm, tỉnh thức, và tuệ giác.

Bởi vậy, thực hành thuần thục những giới luật Phật giáo sẽ giúp chúng ta sống một cuộc sống đạo đức, thăng tiến đời sống tâm linh trong từng cá nhân đồng thời giúp thúc đẩy việc chung sống hòa bình trên tinh thần hợp tác, tin cậy lẫn nhau trong cộng đồng và đẩy mạnh tiến trình xã hội ngày càng phát triển.

II. Giới đầu tiên

Giới đầu tiên ủng hộ xu hướng phản đối việc phá hủy sự sống. Điều này dựa vào nguyên lý của thiện tâm và tôn trọng quyền sống của tất cả mọi loài.

Trong kinh Phạm Võng[2], Đức Phật chỉ dạy cặn kẽ Giới Bồ tát đầu tiên là: "Đệ tử Phật không được tự mình giết, hoặc bảo người giết, phương tiện giết, khen tặng sự giết, thấy giết mà tùy hỷ, nhẫn đến dùng bùa chú để giết, nhân giết, duyên giết, cách thức giết, nghiệp giết.

Có năm điều kiện[3] kết thành hành động giết hại là:

(1) Có hiện hữu một chúng sanh, con người hoặc loài vật;

(2) Nhận biết rằng chúng sanh đó đang còn sống;

(3) Dự định hoặc quyết định để giết;

(4) Dùng phương tiện thích đáng để thực hiện hành động giết hại;

(5) Và có hậu quả đưa đến sự chết.

Thiếu bất kỳ một trong các điều kiện này, hành động giết sẽ không cấu thành, mặc dù sự chết có xảy ra. Điều đó chỉ được xem như sự cố tai nạn và không gây ra hiệu ứng tội lỗi nào cho người làm hành động này.

Có sáu cách giết[4]: (1) giết bằng chính bàn tay của mình, (2) ra lệnh cho kẻ khác giết, (3) giết bằng cách bắn, ném đá, đánh gậy, v.v..., (4) giết bởi việc đào những hầm hố, v.v... để đánh bẫy chúng sanh, (5) giết bởi dùng thần lực, hoặc các phương cách bí ẩn, và (6) giết bằng mật chú, hoặc khoa học huyền bí nào đó.

Dù sử dụng công cụ nào để giết hoặc phá hủy đời sống tâm linh của chúng sanh đi nữa thì kẻ đó đã phạm vào sát sanh nghiệp đạo rồi.

Bởi vậy, một Phật tử chân chánh không thể làm hoặc ủng hộ án tử hình bởi vì án tử hình đồng nghĩa với việc tước đoạt hay chấm dứt đời sống con người với năm điều kiện và bất kỳ một trong sáu cách giết nói trên.

III. Tâm từ bi

Ở giới đầu tiên trong Kinh Phạm Võng[5], Đức Phật dạy rằng "là Phật tử lẽ ra phải luôn có lòng từ bi, lòng hiếu thuận, lập thế cứu giúp tất cả chúng sanh. Mà trái lại, tự phóng tâm nỡ lòng sát sanh, Phật tử này phạm Bồ Tát Ba La Di tội".

Do tuân thủ giới này chúng ta biết cách vun bồi tâm từ và tâm bi. Nên thương yêu những người khác như chính mình vậy. Cảm nhận được đau khổ của người khác như của chính mình thì chúng ta sẽ sẵn sàng làm cách nào đó để có thể giúp họ vơi bớt khổ đau.

Như vậy, chúng ta trau giồi tâm từ bi và tăng trưởng tinh thần vị tha chính vì phúc lợi của người khác, ý thức tôn trọng và bảo vệ cho tất cả chúng sanh.

Trong Kinh Từ bi, Đức Phật cũng dạy:

Mong rằng không có ai,
Lường gạt, lừa dối ai,
Không có ai khinh mạn,
Tại bất cứ chỗ nào.
Không vì giận hờn nhau,
Không vì tưởng chống đối.
Lại có người mong muốn,
Làm đau khổ cho nhau.
Như tấm lòng người mẹ,
Đối với con của mình,
Trọn đời lo che chở,
Con độc nhất, mình sanh.
Cũng vậy, đối tất cả
Các hữu tình chúng sanh,
Hãy tu tập tâm ý,
Không hạn lượng rộng lớn[6].

IV. Phật tánh

Một nguyên do khác mà giới Phật giáo không ủng hộ án tử hình là vì Đức Phật có dạy rằng bản chất của mỗi chúng sanh (người hoặc vật) là thanh tịnh; tinh tế hơn nữa là tâm thanh tịnh, mà cứu cánh bản tâm đó chính là sự giác ngộ hay tính giác ngộ cũng gọi là Phật tính (Buddhata), hoặc Tri kiến Phật.

Như Đức Phật xác nhận trong Kinh Pháp hoa[7] "...Và Ta thấy hàng Phật tử, có đầy đủ giới đức, uy nghi không thiếu sót, bản chất trong sạch như bửu châu để trở về tuệ giác". Vì vậy, nếu nay con người trở nên bạo lực có thể vì nhiều lý do, nhưng nhất định một trong những lý do chủ yếu là do ác tư duy khởi lên, như hậu quả từ môi trường và hoàn cảnh của họ. Tuy nhiên, tất cả đều có tiềm năng để cải thiện cũng như có khả năng quay về với bản tính chân thật hằng có của chính mình.

V. Không sát sanh

Như đề cập, tất cả chúng sanh đều có Phật tính. Vì vậy, chúng ta không những không nên giết người mà còn không nên làm hại cả loài vật nữa. Vả lại, trong vài trường hợp tùy theo nghiệp lực, con người có thể tái sinh làm người hay loài vật, và loài vật cũng có thể được sinh lại làm người.

Có một nguyên tắc chỉ đạo rất căn bản trong Đạo Phật để tu tập đạo hạnh đó là bất hại (ahimsa) - tức ngăn cấm việc gây tổn thương hoặc chết chóc đối với mọi chúng sanh.

Vì chúng ta muốn sống, chúng ta không nên giết người và cả chúng sanh khác. Hơn nữa, nghiệp sát sanh phải được hiểu như cội rễ của tất cả khổ đau và nguyên nhân căn bản của bệnh tật và chiến tranh, những thế lực giết hại này rõ ràng đồng nhất với ma quân.

Lý tưởng tối thượng và phổ quát nhất của Đạo Phật là phụng sự không ngừng nghỉ cho đến khi nào chấm dứt hoàn toàn vĩnh viễn khổ đau của tất cả chúng sanh, chứ không chỉ riêng cho loài người.

Như trong kinh Phạm Võng[8], Đức Phật nói: 'Mỗi khi một Bồ tát[9] thấy có người chuẩn bị giết một con vật, vị ấy thường dùng phương tiện thiện xảo để cứu chuộc và bảo vệ nó, giải phóng nó thoát khỏi tình trạng khó khăn và đau khổ đó...'

VI. Ăn chay

Tâm từ bi bao la đối với tất cả cũng có nghĩa rằng chúng ta không những không giết hại con người và loài vật mà còn cần phải tuân thủ quy tắc tự gìn giữ chính mình chẳng hạn như thực hành ăn chay. Đây là những lời dạy tích cực và xác thực từ Đức Phật liên quan đến sự phát triển hoàn hảo nhân cách của con người.

Tất cả các chúng sanh –
Loài người hoặc thú vật,
Rất tham sống sợ chết.
Đều sợ hãi con dao đồ tể,
Chặt thái chúng thành từng miếng.
Thay vì tàn bạo và hèn hạ,
Tại sao không dừng giết hại và thương yêu cuộc sống?[10]

Đức Phật khuyến khích việc ăn chay hoàn toàn là một yêu cầu tự nhiên và hợp lý tương xứng với giới sát sanh. Giới Bồ tát cũng rõ ràng cấm hẳn việc ăn mặn.

Tôn giả Đại Ca Diếp hỏi Đức Phật, "Tại sao Như lai không cho phép ăn thịt?" Đức Phật đáp "chính vì việc ăn thịt sẽ cắt đứt hạt giống đại từ bi"[11].

Chúng ta không nên giới hạn lòng từ bi của mình đối với loài vật hoặc những vật yêu thích, mà hãy mở rộng đến toàn thể chúng sanh, ngay cả trong số đó có kẻ sai phạm. Lòng từ bi làm nền tảng cho tất cả mọi quan hệ tương tác của chúng ta với người khác, mà không cần lưu tâm đến quan điểm và hoạt động của họ là gì.

VII. Báo thù

Vì những lý do và mục đích nào đó mà hệ thống pháp luật của xã hội đặt ra án tử hình. Án này chính là dùng để trừng phạt các phạm nhân, ngăn chặn họ không lặp lại hành động xấu ác đã làm và để răn đe những người khác.

Tuy nhiên, rõ ràng nó cũng là một hình thức báo thù trong một ý nghĩa tinh tế hơn.

Chúng ta cần phải giảm bớt sự sợ hãi, lòng thù ghét, và ý muốn báo thù bằng cách tra tấn và sát hại.

Khái niệm báo thù hoàn toàn xa lạ với giới Phật giáo. Án tử hình là một hình thức trừng phạt khắc khe nhất với mục đích nhằm kết thúc vĩnh viễn một đời sống đang sống. Khi phạm nhân bị xử tử hình thì người đó không còn có cơ hội nào nữa để thay đổi, phục hồi hoặc bồi thường thiệt hại đã gây ra.

Liệu việc thực hiện án tử hình đối với một kẻ giết người đã bị tuyên án sẽ khiến nạn nhân sống lại được không?

Tất nhiên là không. Như vậy, án tử hình đâu có lợi ích gì.

Đức Phật dạy rằng:

"Với hận diệt hận thù,
Đời này không có được.
Không hận diệt hận thù,
Là định luật ngàn thu"[12].

VIII. Tâm lý học

Theo Đạo Phật, những điều kiện cho đời sống kế tiếp (tái sanh) phụ thuộc vào những tư tưởng sau cùng, tức trạng thái tâm thức cuối cùng của con người trước khi chết. Tâm thức hay tâm lý của tội phạm chắc chắn không thể có được trạng thái an bình. Buộc người đó nhận lãnh thi hành án tử sẽ càng làm cho trạng thái tâm trí của người đó thậm chí còn trầm trọng hơn, chứa đầy lòng giận dữ và sợ hãi. Kết quả là, người đó nếu được tái sinh làm người, họ có thể còn bạo lực hơn lúc bây giờ. Khi lớn lên, kẻ đó tiếp tục phạm tội có thể còn tồi tệ hơn những tội ác đã làm ở đời trước.

Trong Tiểu kinh Nghiệp phân biệt (Kinh Trung Bộ, số 135) [13], Đức Phật nói điều này:

"Ở đây, này các tỳ kheo, có người đàn bà hay đàn ông, phẫn nộ, nhiều phật ý, bị nói động đến một chút thời liền bất bình, phẫn nộ, sân hận, chống đối, và tỏ lộ phẫn nộ, sân hận, bất mãn. Do nghiệp ấy, thành đạt như vậy, thành tựu như vậy, sau khi thân hoại mạng chung, người ấy được sanh vào cõi dữ... Nếu sanh trở lại làm người thì phải chịu hình hài xấu xí. Con đường ấy đưa đến xấu sắc, tức là phẫn nộ, sân hận, bất mãn."

Bởi vậy, chúng ta cần nên tránh dẫn đến trạng thái tâm lý bất an cho phạm nhân vì người đó sẽ phải buộc giáp mặt cái chết một cách không sẵn lòng và miễn cưỡng.

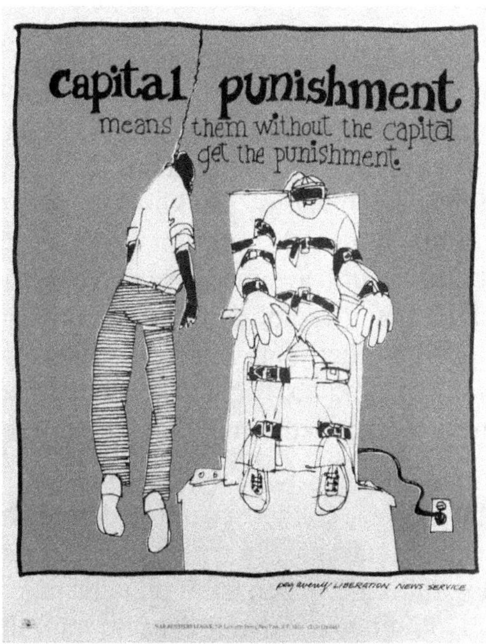

Hình phạt tử hình bằng cách treo cổ hay tiêm thuốc độc. (Ảnh: Internet)

IX. Luật Nghiệp Báo

Nghiệp hay hành động là năng lực được phát sinh bởi tư duy, lời nói và những hành vi của con người. Nó có thể là thiện, bất thiện hoặc quán tưởng, và có thể có hiệu ứng sâu đậm lên sự tái sanh của mọi loài hữu tình chúng sanh.

Nghiệp bất thiện dẫn đến sự tái sinh vào một trong ba ác đạo (là địa ngục, ngạ quỷ, và súc sanh); nghiệp thiện dẫn đến tái sinh trong loài người, loài thần hoặc chư thiên cõi dục; còn nghiệp quán tưởng thiền định sẽ tái sinh vào cảnh giới sắc và vô sắc[14].

Trong kệ Telakatahagatha nói rõ: "Ai phá hủy đời sống của bất kỳ chúng sanh nào, trong lần tái sinh kế tiếp người đó có thể bị đột tử trong lúc đang sung mãn nhất, dù vị đó đang có cuộc sống tiện nghi, giàu sang và đẹp đẽ, ..."[15].

Đức Phật đã dạy[16]:

Ở đây, này các tỳ kheo, có người đàn bà hay đàn ông, sát sanh, tàn nhẫn, tay lấm máu, tâm chuyên sát hại đả thương, tâm không từ bi đối với các loại chúng sanh. Do nghiệp ấy, thành đạt như vậy, thành tựu như vậy, sau khi thân hoại mạng chung, bị sanh vào cõi dữ, ác thú, đọa xứ, địa ngục. Nếu sau khi thân hoại mạng chung, người ấy không sanh vào cõi dữ, ác thú, đọa xứ, địa ngục, nếu được đi đến loài Người, chỗ nào người ấy sanh ra, người ấy phải đoản mạng. Con đường ấy đưa đến đoản mạng, này các tỳ kheo, tức là sát sanh, tàn nhẫn, tay lấm máu, tâm chuyên sát hại đả thương, tâm không từ bi đối với các loài hữu tình.

Nhưng ở đây, này các tỳ kheo, có người đàn bà hay đàn ông, từ bỏ sát sanh, tránh xa sát sanh, bỏ trượng, bỏ kiếm, biết tàm quý, có lòng từ, sống thương xót đến hạnh phúc tất cả chúng sanh và loài hữu tình. Do nghiệp ấy, thành đạt như vậy, thành tựu như vậy, sau khi thân hoại mạng chung, người ấy được sanh vào thiện thú, Thiên giới, ở đời. Nếu sau khi thân hoại mạng chung, người ấy không sanh vào thiện thú, Thiên giới, ở đời, nếu người ấy đi đến loài Người, chỗ nào người ấy sanh ra, người ấy được trường thọ. Con đường ấy đưa đến trường thọ, này các tỳ kheo, tức là từ bỏ sát sanh, tránh xa sát sanh, bỏ trượng, bỏ kiếm, biết tàm quý, có lòng từ, sống thương xót đến hạnh phúc tất cả chúng sanh và loài hữu tình.

Như vậy với lý lẽ đã trình bày ở đây, rõ ràng là việc giết hại kể cả tội bạo hành sẽ tạo ra ác nghiệp cho kẻ đó, và giảm bớt khả năng có được một cái chết an bình cho họ.

X. Kinh tạng Phật Giáo

Bác bỏ án tử hình là một chủ đề thường được nhắc đến trong Đạo Phật mà chúng ta sẽ nhìn thấy các ngụ ý này ngang qua phạm âm của Đức Phật trình bày trong kinh tạng và luận tạng của cả hai hệ thống Phật giáo Nguyên thuỷ và Đại thừa (ở đây tôi đề cập chỉ vài trường hợp tiêu biểu) như sau:

A. Kinh Nguyên thủy

1. Pháp cú:

"Mọi người sợ hình phạt,
Mọi người sợ tử vong.
Lấy mình làm ví dụ
Không giết, không bảo giết."[17]

"Mọi người sợ hình phạt,
Mọi người thích sống còn;
Lấy mình làm ví dụ,
Không giết, không bảo giết."[18]

"Bỏ trượng, đối chúng sanh,
Yếu kém hay kiên cường,
Không giết, không bảo giết,
Ta gọi Bà-la-môn."[19]

2. Kinh Bổn sanh:

i. Tiền thân Nai Banian

Trong Kinh Bổn sanh[20] có kể rằng vào một tiền kiếp nọ, Đức Phật sinh ra làm Nai chúa tên là Nyagrodha. Ngài đã sẵn lòng thế mạng của chính mình cho một con nai đang có thai sắp sinh phải đi nạp mạng cho nhà vua. Lại trong một tiền kiếp khác, Đức Phật hy sinh mạng sống của mình để làm thức ăn cho một con cọp đói và hai con của nó đang bị mắc kẹt trong tuyết.

Ngài cho rằng cứu được mạng sống có ý nghĩa hơn là chỉ bảo hộ cho bản thân cá nhân mình. Thà mất mạng của chính mình còn tốt hơn là giết hại chúng sanh khác.

Có nhiều câu chuyện kiếp trước của Đức Phật khi còn làm bồ tát, Ngài thực hành hạnh giữ gìn giới không sát sanh, hy sinh chính mạng mình để giữ tròn giới thể và tăng trưởng lòng từ bi.

Đức Phật đã nói rằng:

Hơn nữa, Ta quán sát như vầy: "Từ quá khứ cho đến ngày nay, Ta đã bỏ thân mạng không biết bao nhiêu lần. Đã có lần Ta sanh ra làm kẻ cướp ác tâm, làm chim muông, hoặc làm súc vật mà nơi đó Ta đã sống đơn thuần cho mục đích làm giàu hoặc theo đuổi những lợi ích dục vọng thấp hèn. Nhưng bây giờ Ta đã sắp bỏ mình để giữ tròn giới thể. Ta không lẫn tiếc thân thể và xả thân mạng của ta để giữ giới thì sẽ có muôn vạn lần ích lợi hơn việc bảo hộ thân mình mà phải vi phạm những điều cấm. Trong cách suy nghĩ này, Ta quyết định là Ta cần phải hy sinh thân thể để bảo vệ vẹn toàn các tịnh giới.

ii. Tiền thân Con trai của người hàng thịt

Câu chuyện này kể rằng: có một lần nọ, một vị đã chứng quả Dự lưu[21] sinh vào trong một gia đình hàng thịt. Khi đến tuổi thành niên, mặc dầu mong muốn theo nghề quản gia, nhưng Ngài không muốn giết hại súc vật. Cha mẹ của Ngài một hôm đưa cho Ngài một con dao và một con cừu bảo Ngài "Nếu con không giết con cừu này, cha mẹ sẽ không cho con thấy mặt trời mặt trăng và thức ăn nước uống để sinh sống".

Ngài liền suy nghĩ, "Nếu mình giết con cừu này thì mình sẽ

bị tạo nghiệp ác này đến trọn đời. Làm sao mình có thể phạm tội ác lớn này đơn giản chỉ vì lợi ích của bản thân?" Rồi Ngài liền cầm dao tự sát. Khi cha mẹ mở cửa nhìn vào thì thấy con cừu vẫn đang đứng một bên, trong khi người con trai nằm đó đã tắt thở.

Ngay sau khi chết, Ngài được sinh lên cõi trời do hoan hỷ buông xả, không lẫn tiếc mạng sống chính mình để giữ gìn vẹn toàn các tịnh giới.

Hạnh phóng sanh là một phương pháp tu tập trong Phật giáo nhằm cứu thoát các loài vật, chim cá v.v... đã được trù định để giết thịt hoặc bị giam cầm thường xuyên. Chúng được phóng thích như được ban cho một đời sống mới. Việc tu tập này minh họa giáo lý căn bản của Phật giáo về lòng từ bi đối với tất cả chúng sanh.

iii. Tiền thân Janasandha

Câu chuyện này[22] do Đức Phật kể cho Vua xứ Kosala. Chuyện nói về hoàng tử Janasandha, con trai của vua Brahmadatta xứ Ba la nại:

Khi hoàng tử Janasandha đến tuổi trưởng thành, và sau khi hoàn tất việc rèn luyện tài năng ở Takkasila trở về, vua đã đại xá cho tất cả các tù nhân, và phong cho hoàng tử làm phó vương. Về sau khi vua thăng hà, hoàng tử lên nối ngôi, liền cho xây dựng sáu trại chẩn bần... Ở đó, ngày lại ngày, vua thường hay phân phát sáu trăm đồng tiền và khuyến khích toàn dân thực hành bố thí; cửa nhà tù mở vĩnh viễn không còn những nơi hành hình tội nhân...

iv. Tiền thân Muga Pakkha

Chuyện này[23] do Đức Phật kể cho chúng Tỳ kheo, giải thích rõ rằng việc trừng phạt có thể tác động đến cả người thừa hành lẫn người trực tiếp bị phạt. Câu chuyện kể về một hoàng tử duy nhất của vua xứ Kasi tên là Temiya-kumaro (nói gọn là

Temiya).

Khi hoàng tử đầy tháng, được ăn mặc thật đẹp, được bồng vào yết kiến vua. Nhìn đứa con yêu, vua liền ôm vào lòng chơi đùa với con. Cùng lúc ấy, có bốn tên cướp được đưa đến trước mặt vua; một trong bốn tên đó bị ngài xử phạt một ngàn roi quấn gai nhọn, một tên khác phải bị gông cùm xiềng xích, một tên nữa phải bị đâm bằng giáo, và tên cuối cùng bị đâm cọc xuyên suốt toàn thân. Bồ-tát (hoàng tử đầy tháng) nghe vua cha nói, kinh hãi nghĩ thầm: "Ôi cha ta vì làm vua mà mang lấy những ác nghiệp khiến cho người phải đọa địa ngục".

Nhận thức rõ những hậu quả của vua cha và sợ hãi điều đó sẽ xảy đến cho Ngài nếu sau khi lên nối ngôi Ngài cũng làm tương tự như thế, cho nên Temiya quyết tâm giả bộ câm điếc và què quặt suốt mười sáu năm (vì Ngài không muốn thừa kế ngai vàng).

Cuối cùng, Temiya đã mãn nguyện khi Ngài trở thành một vị ẩn sĩ khổ hạnh lìa bỏ kinh đô. Sau đó Ngài trở về giáo hoá tất cả hoàng tộc có rất nhiều người khác tu tập theo Ngài.

Câu chuyện này tương tự câu chuyện đời sống của Đức Phật Thích Ca lớn lên trong hoàng cung, nhưng rồi từ bỏ thế gian để tìm cầu chân lý.

3. Kinh Trung Bộ

Kinh Angulimala (kinh Trung bộ, số 152)[24] là một bản kinh nổi tiếng về năng lực phục thiện.

Có một kẻ cướp, sát nhân cực ác tên là Angulimala (nghĩa là "Xâu chuỗi ngón tay." Xâu chuỗi này làm bằng ngón tay của những nạn nhân của y). Tất cả dân làng đều rất sợ Angulimala là điều dễ hiểu. Vào lúc đó, Đức Phật cũng đang ở lại trong làng này, nhất định đi một mình xuống con đường nơi tên sát nhân Angulimala đang trú ẩn ở đó. Với nhân cách tuyệt vời, Đức Phật đã khéo léo cảm hoá Angulimala và thu nhận anh ta làm đệ tử.

Lúc đó, do vì dân chúng thỉnh cầu, Nhà Vua đang chỉ huy binh lính để truy bắt Angulimala. Vua tình cờ gặp Đức Phật và giải thích sự tình của mình. Liền đó, Đức Phật chỉ cho nhà Vua thấy Angulimala đã hoàn lương và đang sống đời an lạc của một Tăng sĩ. Vua hoàn toàn sửng sốt bởi chứng kiến điều này. Ngài rất kinh ngạc làm thế nào mà Đức Phật có thể giáo hoá được Angulimala như thế.

Điều này cho thấy ý niệm phục thiện của Phật giáo. Dĩ nhiên, phục thiện và án tử hình là hai khái niệm loại trừ lẫn nhau.

Dù sao, về phương diện nghiệp báo, Angulimala vẫn còn có nghiệp ác lớn do trước đó đã giết nhiều người, nên chắc chắn Angulimala cũng phải bị chết một cách đột ngột, đau đớn bởi ác nghiệp này. Tuy thế, ý nghĩa phục thiện rõ ràng là nội dung chính của bản kinh này.

Phục thiện có năng lực giúp cho người tội phạm nhận thức được tội lỗi của mình và cố gắng tránh tái phạm trong tương lai. Theo Phật giáo, một người tội phạm đã phục thiện, thậm chí một kẻ sát nhân, sẽ vẫn nhớ được Phật tính của mình. Đối với xã hội, cải tạo người phạm pháp có nghĩa là thu nhận lại một thành viên hữu ích mà người này có thể đóng góp bằng cách nào đó cho phúc lợi công cộng.

B. Kinh điển Đại thừa

i. Kinh Hoa Nghiêm (cũng gọi là Kinh Đại Phương Quảng Phật Hoa nghiêm)

Nghiên cứu về án tử hình trong kinh Hoa nghiêm có tính chất biểu trưng và triết lý cao hơn.

Kinh kể rằng có một Bồ tát tên là Thiện tài đồng tử (Sudhana Sresthidaraka) đang đi tầm sư học đạo. Một trong những Đạo sư của ngài là vua Anala.

Vua Anala sống trong một lâu đài đẹp tuyệt vời và rất xa. Để giữ cương mực trật tự trong xã hội, vua thường dùng phù phép hóa hiện những tội nhân bị hành hình đau đớn khốc liệt, để ngăn chặn dân chúng không phạm tội.

Thật ra, Vua không có làm hại bất cứ ai, bởi vì những tù nhân cũng như hình phạt đều chỉ là những thần thông biến hoá. Vua giải thích với Thiện tài đồng tử rằng những ảo thuật này là phương tiện của tâm từ bi cho dân chúng sợ hãi mà từ bỏ tội lỗi hay không dám phạm.

ii. Kinh Phạm Võng

Trong Kinh Phạm Võng[25], Đức Phật nói: "Bất cứ khi nào Bồ tát thấy có người chuẩn bị giết hại sinh vật, thì vị ấy nên dùng phương tiện thiện xảo để cứu chuộc, giải thoát cho nó thoát khỏi tình trạng khốn khó và đau khổ..."

Và Ngài cũng dạy thêm ở giới Bồ tát thứ 20 rằng: "Nếu là Phật tử nên vì tâm từ bi mà làm việc phóng sanh. Hãy quán rằng tất cả người nam là cha ta, tất cả người nữ là mẹ ta. Từ nhiều đời ta đều thác sanh nơi đó. Vì lẽ ấy nên chúng sanh trong lục đạo đều là cha mẹ ta. Nếu giết chúng để ăn thịt thời chính là giết cha mẹ ta, mà cũng chính là giết những thân cũ của ta. Tất cả thân tứ đại đều là bổn thân, bổn thể của ta, cho nên thường phải làm việc phóng sanh và khuyên bảo người khác làm. Nếu thấy người đi sát sanh nên tìm cách cứu hộ cho chúng được thoát khỏi nạn khổ.

C. Luận Đại thừa

Rajaparikatha - ratnamala[26]:

Ngài Long Thọ (thế kỷ 2 hoặc 3 sau TL)[27], một triết gia Phật giáo nổi tiếng miền Nam Ấn và cũng là tác giả của bộ luận Rajaparikatha - ratnamala (Những lời khuyên quý giá dành cho Vua). Nội dung luận phẩm này trình bày về nghệ thuật lãnh đạo theo tinh thần Phật giáo. Ngài Long Thọ khuyên nhủ Vua Udayi (Triều đại Satavahana) về rất nhiều vấn đề[28]. Trong đó, Ngài Long Thọ có đề cập về án tử hình như sau:

"Này Đại vương, vì lòng từ bi Ngài cần nên luôn luôn

Phát khởi thiện tâm cứu giúp tất cả chúng sanh,

Ngay cả những ai đã phạm tội trọng.

Lại cần quan tâm thật nhiều,

Đối với những kẻ giết người, tạo tội ác lớn;

Quên mất bản tâm là nơi chứa đựng lòng từ bi vô lượng

Sau khi thẩm sát sự hung tàn của kẻ sát nhân và thấy rõ căn nguyên,

Chỉ nên đày ải, chớ giết hoặc dùng đại hình"[29].

XI. Những vị vua Phật tử Ấn Độ.

i. Vua Phật tử (Bắc Ấn)

a) **Vua A Dục**[30], một trong những nhà cai trị đầu tiên của Ấn Độ cổ đại, từ chối dùng quân lực thay vào đó là truyền bá triết lý bất bạo động và lòng tôn trọng đối với mọi người.

Những sắc lệnh của Vua A Dục được khắc trên các trụ đá, cho thấy Ngài là một vị vua có tư tưởng khác thường đi trước thời đại.

Dưới đây sẽ tóm tắt một số những sắc lệnh của Vua A Dục như sau:

Những điều răn cấm:

- Không được dùng súc vật để tế lễ tôn giáo.
- Ngăn cấm mọi việc giết mổ súc vật và cầm thú.
- Vua sẽ không còn tổ chức các cuộc săn bắn nữa.
- Vua từ bỏ vinh quang các cuộc chiến xâm lược.
- Chiến thắng thiện pháp là chiến công oanh liệt nhất.

Những công trình công cộng:

- Xây dựng bệnh viện cho người và thú vật.
- Thành lập nhiều vườn dược thảo.
- Đào giếng, trồng cây xanh, và cất nhà nghỉ dọc theo những đường lộ để tạo tiện nghi cho khách hành hương và thú vật.

Mối Quan hệ giữa Con người:

- Dân chúng cần phải vâng lời cha mẹ và các bậc sư trưởng, thầy tổ tinh thần của họ.

- Người chủ không được ngược đãi những người hầu và tôi tớ của họ

- Mọi người phải nên rộng lượng với các bậc xuất gia, họ hàng, và bè bạn.

Tôn giáo:

- Các giáo phái tôn giáo "có thể trú ngụ khắp nơi".

- Những người khác tín ngưỡng không được công kích lẫn nhau khi "tìm hiểu các tôn giáo bạn".

Phúc lợi cho người dân:

- Các quan chức triều đình phải quan tâm tới lợi ích của người già, người nghèo, và các tù nhân.

- Các quan chức báo cáo công tác công cộng có thể yết kiến trực tiếp với nhà vua mọi lúc, mọi nơi.

- Các quan chức phải đảm bảo việc điều hành quản lý mang hữu hiệu lợi ích và hạnh phúc cho người dân.

Công lý:

- Các phán quan phải độc lập và hành xử nhất quán trong thủ tục và xử phạt.

- Phạm nhân nên được khoan hồng càng nhiều càng tốt.

- Bản án tử hình nên được hạn chế áp dụng và việc kết tội cần phải có ba ngày để tuyên án.

- "không sát sanh là thiện nghiệp"

Trong sắc lệnh cuối cùng, có lẽ được viết khắc vào năm 242 trước Tây lịch, Vua A Dục đã viết: "Trong thế gian, có hai phương cách đạt được thiện pháp là pháp luật và đức tin.

Nhưng trong hai điều này, hình như pháp luật tỏ ra ít có hiệu quả hơn đức tin. "Những quan chức được huấn luyện đặc biệt, gọi là dhamma-mahamattas (Đại quan chuyên trách truyền giáo) thường đi kinh lý để tìm hiểu quan điểm của dân chúng và hướng dẫn họ về thiện pháp.

Điều này dễ dàng cho chúng ta nhận ra rằng Vua A Dục ủng hộ tinh thần bất hại (ahimsa) và không thích áp dụng án tử hình.

Ngài là một Phật tử thuần thành siêng tu thiện pháp và vì thế Ngài không thể cho phép việc hành hình này xảy ra.

b) Vào thế kỷ thứ sáu, có hai nhà sư chiêm bái người Trung hoa là Sung Yun và Hui Sheng đã hành hương đến đất Ấn và viết như sau:

Chúng tôi vào nước Ouchang (Oudyana). Phía Bắc của nước này tiếp giáp núi Thông Lĩnh; phía Nam tiếp giáp với Ấn độ... Vua nước này rất sùng đạo và thực hành hạnh ăn chay ... Sau bữa trưa vua đích thân chăm lo công việc triều chính.

Giả sử có người phạm tội sát nhân, người này không bị xử tử mà chỉ bị đày tới những hoang đảo, được chu cấp thức ăn đủ để duy trì mạng sống. Sau thẩm định, hình phạt được điều chỉnh tuỳ theo tính chất nặng nhẹ từng hoàn cảnh[31].

ii. Vua Phật tử (vùng Trung Ấn)

Pháp Hiền (337-422), một nhà sư chiêm bái người Trung hoa tới Ấn rất sớm, có nhắc đến vị vua Phật giáo vùng Trung Ấn như sau:

Vua của vùng Trung Ấn cầm quyền mà không có hành phạt chém đầu (tức án tử hình nói chung) hoặc những hình phạt hành hình thân thể. Những tội phạm đơn giản chỉ bị phạt tiền, nhẹ hoặc nặng tùy theo hoàn cảnh của mỗi trường hợp. Thậm chí trong những trường hợp bạo loạn ngoan cố, họ chỉ bị chặt bàn tay phải mà thôi. Khắp cả nước những người không sát sanh, không uống rượu say, cũng giữ cả giới không ăn các loại hành tỏi nồng cay[32].

iii. Vua Phật giáo (vùng Trung tâm Ấn)

Vào thế kỷ thứ tám, có sư Hye Ch'o người Triều-tiên đến chiêm bái Ấn Độ tương tự như sư Pháp Hiền, nhưng cách khoảng ba thế kỷ về sau.

Sư cũng có mô tả những vị vua Phật giáo vùng Trung tâm Ấn cai trị không có sử dụng tới án tử hình: "Pháp luật quốc gia trong năm vùng của Ấn quy định không có gông cùm, đánh đập hoặc nhốt tù tuỳ theo mức độ tội phạm. Không có bản án tử hình"[33].

iv. Vua Phật giáo (vùng Tây Ấn)

Sư Hye Ch'o nhận thấy một tình trạng gần như đồng nhất trong vùng Tây Ấn: "Ở đây không có gông cùm, đánh đập, bỏ tù, tử hình, hay những hình phạt tương tự"[34].

Vua của Nhật bản

Năm 724 sau Tây lịch, Nhật Hoàng Shomu (724-749), một Phật tử thuần thành theo tông Kegon, xây dựng chùa Todai-ji rất nổi tiếng đến nay vẫn còn ở thành phố Nara, đã cấm áp dụng án tử hình. Điều này diễn ra vào cuối thời kỳ Nara (715-794). Tương tự, suốt thời kỳ Heian (794-1185) rất ít thi hành án tử hình[35].

Đức Đạt Lai Lạt Ma của Tây Tạng

Đức Đạt Lai Lạt Ma thứ XIII của Tây Tạng là Ngài Thubten Gyatso (1876-1933), tiền thân của Đức Đạt Lai Lạt Ma thứ XIV hiện thời là Ngài Tenzin Gyatso (sinh năm 1935). Đức Đạt Lai Lạt Ma thứ mười ba tranh đấu để hiện đại hóa Tây Tạng và duy trì chủ quyền quốc gia chống lại Anh quốc và sau đó là Trung quốc. Ngài cũng cải cách hệ thống pháp luật phong kiến của Tây Tạng. Một trong những sự thay đổi đó là sự huỷ bỏ án tử hình vào khoảng năm 1920. Trước thời điểm ấy, Đức Đạt Lai Lạt Ma thường tránh can thiệp trực tiếp trong các trường hợp kết án tử hình bởi vì vai trò tôn giáo của Ngài[36].

XII. Ứng dụng Thực tế

Một điều hiển nhiên rằng con người ai cũng có một khả năng tiềm tàng nào đó, cho nên vấn đề huấn luyện để khơi dậy tiềm năng ấy. Chúng ta không nên là nạn nhân của những xúc cảm bất thiện hoặc bạo lực. Những giải pháp nhằm chuyển hoá tư duy của người dường như thiết thực hơn là việc tạo ra đối đầu và va chạm.

Án tử hình không phải là giải pháp tốt nhất để ngăn chặn những người làm điều ác. Nó chỉ là một giải pháp có tính tạm thời để răn đe tội ác.

Tuy nhiên, nếu chúng ta sử dụng giải pháp tử hình khắc nghiệt này để thực thi, thì đây chưa phải là một hành động có ý nghĩa và thích hợp.

Việc này làm mất hết ý nghĩa của tâm từ bi và lòng nhân ái trong chúng ta.

Hành động đầy ý nghĩa và thích hợp phải nên làm là: khi một người phạm tội, hoặc bị bỏ tù hoặc bị quản thúc tại gia, và đặt ra một thời hạn nào đó để cho đương sự sửa sai. Người đó có khả năng nhận ra hành động sai trái đã làm và từ đó sanh tâm ăn năn hối cải. Vì con người là sinh vật có ý thức, cho nên người ác cũng biết xấu hổ về hành động sai trái của mình. Muốn kẻ đó cải thiện hành vi sai trái, chúng ta phải đặt nặng vào việc giáo dục, phát huy các giá trị con người xuyên qua đạo đức tôn giáo hoặc những chương trình xã hội lành mạnh để trợ giúp người đó. Chúng ta cần phải hỗ trợ nhiều hơn nữa cho giáo dục và động viên ý thức trách nhiệm chung của mọi người. Chúng ta cũng cần giải thích tầm quan trọng của việc thực hành tâm từ bi, lòng nhân ái vì lợi ích của chính mình và cố gắng giảm thiểu tối đa những yếu tố nuôi dưỡng mầm móng giết chóc, chẳng hạn như sự tăng cường chế tạo vũ khí trong những xã hội chúng ta... Để trợ duyên cho người đó thực tập, chúng ta nên đề nghị vài phương pháp cụ thể như dưới đây:

1/ Đương sự cần phải sống riêng một mình trong thời gian khoảng một hoặc hai tháng, một hoặc hai năm để nhận thức và hối hận về hành động sai trái của mình.

2/ Khuyến khích đương sự cần phải làm một việc tốt giúp đỡ người khác.

3/ Đương sự cần phải thực tập thiền quán hàng ngày để thay

đổi hành vi bất thiện trở thành thiện.

4/ Đương sự phải tự xem xét hành vi sai trái của mình bắt nguồn từ đâu.

5/ Hành vi sai trái có thể bắt nguồn từ việc giết người, cướp của, tà dâm, dối gạt, sử dụng rượu, ma tuý ...

6/ Phương pháp để xử lý những hành động sai trái là thực hành tám con đường chân chánh: chánh kiến, chánh tư duy, chánh ngữ, chánh nghiệp, chánh mạng, chánh tinh tấn, chánh niệm và chánh định.

7/ Đương sự sẽ có thể trở thành là một người tốt như trước đây.

Đạo Phật là con đường chuyển hoá khổ đau. Tất cả chúng ta có thể bị chi phối bởi các cảm xúc tiêu cực và những tâm bất thiện quấy nhiễu hoặc không bị chi phối, có tội hoặc không tội, nhưng nếu biết ứng dụng những phương pháp giáo dục nói trên vào đời sống hàng ngày, chúng ta có thể thu hoạch được hoa quả của an lạc và hạnh phúc ở ngay đây và bây giờ trong cuộc sống hiện tại. Giải pháp tốt nhất vẫn là ngăn ngừa hơn là can thiệp. Và việc giáo dục cần nên thực hiện trước khi đã bị trừng phạt. Bởi lẽ một nguyên nhân tốt thường sẽ tạo ra một quả lành.

Đó là một sự thật xuyên suốt khắp trong kinh điển Phật giáo. Đạo Phật có lập trường mạnh mẽ chống lại việc giết hại nói chung, và trong vài trường hợp chống lại án tử hình.

Như vậy, Đức Phật hoàn toàn không chấp nhận hành án tử hình. Không có người Phật tử thuần thành nào ủng hộ án tử hình cả. Nhưng chúng ta nên hiểu rằng những lời dạy trong Phật giáo không phải là giáo điều, mà chính là hoa quả của trí tuệ. Đơn giản đó là những lời khuyên bảo từ Đức Phật với những giải thích rõ ràng tại sao chúng ta không nên sát sanh ..., phần lớn đặt trên nền tảng đạo đức và liên quan đến luật nghiệp báo.

Lập trường Phật giáo chống lại án tử hình dựa vào nền tảng triết lý Phật giáo và đồng thời tương ứng với thực tế của xã hội.

Trước hết, có khả năng rằng án tử hình trong hệ thống luật

pháp các quốc gia ban hành có thể dẫn đến sự thực hiện oan đối với người vô tội, và điều này hay xảy ra ở nhiều nước tiên tiến, chẳng hạn như Hoa kỳ... Án tử hình, một khi đã thi hành rồi thì không thể đảo ngược và cũng không thể sửa chữa được nếu bị cáo về sau được chứng minh là vô tội.

Thứ hai, Đạo Phật cảm nhận rằng tất cả mọi người về căn bản là chân thiện, và mục đích chính của Phật giáo là giáo dục, chuyển hoá và cải cách chứ không hủy diệt. Nếu có người bệnh, Đạo Phật cố gắng cứu chữa người đó khỏi căn bệnh hơn là tiêu diệt người mang bệnh. Đạo Phật xem những tội phạm là những người đang có vấn đề tâm thần kết hợp với sự không hiểu biết (vô minh).

Như thế, mục đích chính của Đạo Phật là tận trừ gốc rễ sự không hiểu biết hơn là tiêu diệt người ngu dốt. Điều này có thể được thực hiện thông qua hệ thống giáo dục, chuyển hoá, cải cách đương sự, nói cách khác, giúp đỡ đương sự thấy đúng như thật sự việc đang là.

Trong Đạo Phật, có một câu nói: "Dẫu xây chín bậc phù đồ, chẳng bằng làm phước cứu cho một người".

Tóm lại, dựa vào những lời dạy cơ bản của Đức Phật từ kinh điển Phật giáo và tâm tư bao dung sáng suốt của những vị vua Phật giáo trong lịch sử Châu Á cổ đại được đề cập ở trên, chúng ta hoàn toàn đồng tâm ủng hộ lời kêu gọi tới những nhà lãnh đạo các nước trên thế giới đang áp dụng án tử hình hãy bãi bỏ hình phạt này trong tinh thần từ bi vô lượng vô biên của Đạo Phật.

***

[1] http://quangduc.com/English/canon/vinaya/05.bikkhu-rules-guide.html#5precepts; http://www.unfetteredmind.org/articles/precept1.php;

[2] The Brahma Net Sutra, trans. by the Buddhist Text

Translation Society in USA, xem http://www.purifymind.com/BrahmaNetSutra.htm

[3] Dhammasaṇganī Aṭṭhakathā (Atthasālinī), ed. E. Müller, 1897, PTS, p. 129; Saddhammo pāyana, ed. Richard Morris, V, PTS, 1887, p. 58; Kaṇkhāvitaranī, ed. D. A. L. Maskell (néc stede), 1957, PTS, p. 50.

[4] Dhammasaṇganī Aṭṭhakathā (Atthasālinī), ed. E. Müller, 1897, PTS, p. 129; Kaṇkhāvitaranī, ed. D. A. L. Maskell (néc stede), 1957, PTS, p. 30.

[5] The Brahma Net Sutra, trans. by the Buddhist Text Translation Society in USA, xem http://www.purifymind.com/BrahmaNetSutra.htm

[6] Khuddhaka Nikaya (belong to the Sutta Nipata), tr. By Thanissaro Bhikkhu, I.8, Karanaiya Metta Sutta.

[7] The Lotus sutra, tr. By Burton Watson, Colombia Univeristy Press, New York, 1993, pp 10-11.

[8] Brahma Net Sutra, I, 162.

[9] Bồ tát nguyện giữ giới "Không sát hại người và súc vật".

[10] Cherishing Life, I, 83.

[11] Cherishing Life, II, 5.

[12] Dhammapada, tran. by Thanissaro Bhikkhu, Verse 5 of Chapter 1, MA 01005, USA, 1997.

[13] http://www.vipassana.com/canon/majjhima/mn135.php

[14] Mullin, Glenn H., Death and Dying: The Tibtant Tradition, Boston: Arkana Penguin, 1986, p. 17.

[15] Telakaṭāhagāthā, v, 78.

[16] http://www.vipassana.com/canon/majjhima/mn135.php

[17] Dhammapada, tran. by Thanissaro Bhikkhu, verses no 129 of Chapter 10, MA 01005, USA, 1997.

[18] Nt, verses no 130 of Chapter 10.

[19] Nt, verses no 405 of Chapter 26.

[20] Jataka, ed. V. Fausboll, London: PTS, 1962; ed. E.B. Cowell, tr. By Robert Chalmers, Stories of the Buddha's Former Births, I, Story Banian, Low Price Publications, Delhi-52, p. 149.

[21] Thánh Dự lưu còn gọi Nhập Lưu hoặc bảy lần tái sanh ở đời nữa.

[22] The Jataka or Stories of the Buddha's Former Births, Vol. 4, Bk. 12 (E.B. Cowell, ed.; W.H.D. Rouse, trans. 1957) pp. 109-11.

[23] The Jataka or Stories of the Buddha's Former Births, Vol. 6, Bk. 22, pp.1-19.

[24] The Collection of the Middle Length Sayings (Majjhima-Nikaya), Isaline B. Horner, trans. 1957, pp. 284-92. See also, Hellmuth Hecker, Angulimala: A Murder's Road to Sainthood (The Wheel Publication No. 312, 1984).

[25] Brahma Net Sutra, I, 162. See http://www.ymba.org/bns/bnsframe.htm.

[26] Nagarjuna and Kaysang Gyatso [Dalai Lama VII], The Precious Garland and The Song of the Four Mindfulnesses (Jeffrey Hopkins et al, trans., 1975).

[27] The Encyclopedia of Eastern Philosophy and Religion, pp. 237-38.

[28] For an interpretation of the text and some background on King Udayi, see Robert A.F. Thurman, "Nagarjuna's Guidelines for Buddhist Social Action," in The Path of Compassion: Writings on Socially Engaged Buddhism (Fred Eppsteiner, ed. 1988); Robert A.F. Thurman, "Social and Cultural Rights in Buddhism," in Human Rights and the World's Religions (Leroy S. Rouner, ed. 1988), p. 148. A brief overview of the Satavahana Dynasty can be found in Rama Shankar Tripathi, History of Ancient India (1942), pp.191-201; Etienne Lamotte, History of

Indian Buddhism: From the Origins to the Saka Era (Sara Webb Boin and Jean Dantinne, trans. 1988), pp. 474-81.

[29] The Precious Garland and the Song of the Four Mindfulnessess, pp. 66-67.

[30] Asoka Rock and Pillar Edicts, the translation by Ven. S. Dhammika, Kandy, Sri Lanka; Buddhist Publication Society, 1993. See http://www.thenagain.info/Classes/Sources/Asoka.html

[31] Travels of Fah-Hian and Sung Yun, Buddhist Pilgrims from China to India (400 A.D. and 518 A.D.), pp. 188-89.

[32] A Record of Buddhist Kingdoms: Being an Account by the Chinese Monk Fa-Hieh of His Travels in India and Ceylon, p. 43.

[33] Hye Ch'o, The Hye Ch'o Diary: Memoir of the Pilgrimage to the Five Regions of India (Yang Han-Sung et al, trans. and ed. 1980) pp. 40-41. Also see, Damien P. Horigan, A Buddhist Perspective on the Death Penalty of Compassion and Capital Punishment, The American Journal of Jurisprudence, Volume 41(1996), p. 271-288

[34] Như trên

[35] Damien P. Horigan, A Buddhist Perspective on the Death Penalty of Compassion and Capital Punishment, The American Journal of Jurisprudence, Volume 41 (1996), p. 286.

[36] Franz Michael, Rule by Incarnation: Tibetan Buddhism and Its Role in Society and State (1982), pp. 70, 109. For a glimpse of the traditional Tibetan criminal justice system, see Rebecca Redwood French, The Golden Yoke: The Legal Cosmology of Buddhist Tibet (1995), pp. 315-25.

NGUỒN THAM KHẢO

- Tăng Chi Bộ - Anguttara Nikaya. Chương III - Ba Pháp. XI. Phẩm Chánh Giác. Hòa thượng Thích Minh Châu dịch Việt.
- https://www.budsas.org/uni/u-kinh-tangchibo/tangchi03-1116.htm
- Trường Bộ kinh I, kinh Kūṭadanta, tr 135 (bản dịch Anh ngữ của Hội Pali Text Society). https://thuvienphatviet.com/thich-tue-sy-thich-nguyen-giac-dich-nen-tang-kinh-te-hoc-tu-cai-nhin-phat-giao/
- Đại Tạng Kinh Việt Nam, Tương Ưng II, chương 8, phẩm 1, phần Đống xương [lược], VNCPHVN ấn hành, 1993, tr.445. https://ngaynay.vn/phatgiao/loi-phat-day-ve-qua-bao-dang-so-cua-nghiep-giet-hai-chung-sanh-post123743.html
- Phật Thuyết Đại Thừa Vô Lượng Thọ Trang Nghiêm Thanh Tịnh Bình Đẳng Giác Kinh. https://ph.tinhtong.vn/Home/Doc/phuc-giang-kinh-vo-luong-tho-lan-2-co-luu-to-van-000037?t=4
- Kinh Tiểu Bộ, bài kinh số 536, chuyện Chúa Chim Kunāla. https://thuvienhoasen.org/a30192/duc-phat-thich-ca-bieu-tinh-bat-bao-dong-
- Kinh Tập (SN-Suttanipata). Chương 3: Tương Ưng Kosala. II: Phẩm Thứ Hai 3.14–15. Hai Lời Nói Về Chiến Tranh
- Kinh Trường A-hàm, Kinh Du hành.
- https://phatgiaodongnai.org/7-phap-giup-quoc-gia-hung-thinh.html

- Kinh Thương yêu (Metta Sutta). Thích Nhất Hạnh dịch. https://langmai.org/tang-kinh-cac/vien-sach/thien-tap/thuong-yeu-theo-phuong-phap-but-day/chuong-ii-bai-thuc-tap-thu-nhat/nang-luong-tu-bi/
- Kinh Pháp Cú. Phẩm Song yếu. Kệ 3 và 4. HT T Minh Châu dịch. https://phatphapungdung.com/kinh-phap-cu-pham-song-yeu-cau-4-201977.html
- Thích Nhất Hạnh. Nature and Nonviolence. https://www.awakin.org/v2/read/view.php?tid=771
- Thích Nhất Hạnh (2003). Creating True Peace: Ending Violence in Yourself, Your Family, Your Community, and the World. Free Press.
- Paul R. Fleischman (2002). The Buddha Taught Nonviolence, Not Pacifism. Pariyatti Publishing.
- Mahatma Gandhi (1942). Non-violence in peace & war (1942-49. Navajivan Publishing House.
- Thích Nhất Hạnh (1993). Love In Action: Writings on Nonviolent Social Change. Parallax Press
- Keown, Damien (1992). The Nature of Buddhist Ethics. London: Macmillan.
- Keown, Damien (1992). Bản Chất Đạo Đức Phật Giáo. Luân Đôn: Macmillan.
- Ñānamoli, Bhikkhu (1992). The Life of the Buddha. Seattle: BPS Pariyatti.
- Ñānamoli, Tỳ khưu (1992). Cuộc Đời Đức Phật. Seattle: BPS Pariyatti.
- Nyantiloka (1972). A Buddhist Dictionary: Manual of Buddhist Terms and Doctrines. Colombo: Frewin & Co., Ltd.
- Nyantiloka (1972). Từ điển Phật giáo: Cẩm nang về Thuật ngữ và Giáo lý Phật giáo. Colombo: Frewin & Co., Ltd.
- Truyện Phật Thích-ca. Đoàn Trung Còn biên soạn,

Nguyễn Minh Tiến hiệu đính. Hồi thứ ba. 48. Phật giảng hòa hai nước. https://www.adidaphat.net/pubs/kinhdien.aspx?ID=1004

- Dōju Layton. Non-Violence: Buddhism & War. December 10, 2023, https://chicagomeditation.org/non-violence-buddhism-war/
- Lý Nguyên Diệu. Tranh đấu bất bạo động. https://gdptthegioi.net/2013/06/tranh-dau-bat-bao-dong/
- Viết Hiền. Mùa xuân của một vị Thánh - Một Tâm Hồn Vĩ Đại. https://baobinhdinh.vn/562/2003/2/1967/
- Thích Thắng Hoan. Đức Phật- Nhà đại Cách Mạng, https://thuvienhoasen.org/a33850/duc-phat-nha-dai-cach-mang
- Nandasena Ratnapala. Sự Phân Tầng Xã Hội. TKN. Hằng Liên dịch. https://daophatkhatsi.vn/phat-giao-cac-nganh/phat-giao-va-xa-hoi-hoc/su-phan-tang-xa-hoi.html
- Ravi Shankar Sing. Ảnh hưởng của Phong Trào Phục Hưng Phật giáo của B.R. Ambedkar vào việc phát triển Kinh Tế-Xã Hội của tầng lớp Tiện Dân ở Ấn Độ.
- http://hoangphap.info/Page.aspx?ArticleID=6081&SubID=5&ID=6
- Martin Luther King: Cuộc đời và Sự nghiệp qua Ảnh. https://www.luatkhoa.com/2017/01/martin-luther-king-cuoc-doi-va-su-nghiep-qua-anh/
- Thích Trí Giải. Tính Chất Bạo Động Giữa Các Tôn Giáo và Tinh Thần Bất Bạo Động Của Phật Giáo. http://www.phatgiaodaichung.com/Bai2011_04/002 batbaodong.htm
- "I Have a Dream" Speech by the Rev. Martin Luther King Jr. at the "March on Washington," 1963 (excerpts) https://www.gilderlehrman.org/sites/default/files/inline-pdfs/king.dreamspeech.excerpts.pdf

- Một cuộc đời, Một vầng nhật nguyệt. Tập 6. Minh Đức Triều Tâm Ảnh. Nhà xuất bản Văn Học 2014. https://thuvienhoasen.org/a21264/co-gai-ha-tien-yeu-ton-gia-nanda
- A Dục, Một Vị Vua Phật Tử. Dr. Hoàng Phong. https://quangduc.com/a27860/a-duc-mot-vi-vua-phat-tu-hoang-phong
- Phật Giáo và A-dục Vương, K. R. Norman, Nguyên Tâm dịch. https://thuvienhoasen.org/a23735/dai-de-a-duc-mot-ong-vua-ho-tri-phat-phap
- Asoka: cuộc đời và sự nghiệp. Tuyển tập các bài viết về vua A Dục. TT Thích Nguyên Tâm. https://quangduc.com/a27861/asoka-cuoc-doi-va-su-nghiep-tuyen-tap-cac-bai-viet-ve-vua-a-duc
- H.G. Wells (1866–1946). A Short History of the World. 1922. Trích trong: https://thuvienhoasen.org/a23735/dai-de-a-duc-mot-ong-vua-ho-tri-phat-phap
- Ahimsa: Its theory and practice in Gandhism. Dr. Ram Ponnu. https://www.mkgandhi.org/articles/ahimsa-Its-theory-and-practice-in-Gandhism.html
- John Dear, The Experiments of Gandhi: Nonviolence In The Nuclear Age, Gandhi Journal, August, 2009. https://www.mkgandhi.org/articles/ahimsa-Its-theory-and-practice-in-Gandhism.html
- Ambedkar - Người thắp sáng lại ngọn lửa Phật pháp. https://fos.ussh.vnu.edu.vn/vi/news/tan-man-phuong-dong/ambedkar-nguoi-thap-sang-lai-ngon-lua-phat-phap-150.html
- Trần Văn Giàu. Miền Nam giữ vững thành đồng, tập II. Nxb. Khoa học, Hà Nội, 1966, tr. 342. https://thuvienhoasen.org/a13472/suc-manh-bat-bao-dong-nhin-tu-ngon-lua-thich-quang-duc-le-cung
- https://vi.wikipedia.org
- MartinLutherKingJr.com

- Hình ảnh và thông tin từ Giác Ngộ Online, Google và các trang mạng điện tử khác.

TỦ SÁCH BẢO ANH LẠC

do Ni Sư Tiến Sĩ TN Giới Hương biên soạn

1.1. SÁCH TIẾNG VIỆT

1. *Bồ-tát và Tánh Không Trong Kinh Tạng Pali và Đại Thừa.*
2. *Ban Mai Xứ Ấn -Tuyển tập các Tiểu Luận Phật Giáo* (3 tập).
3. *Vườn Nai – Chiếc Nôi.*
4. *Quy Y Tam Bảo và Năm Giới.*
5. *Vòng Luân Hồi.*
6. *Hoa Tuyết Milwaukee.*
7. *Luân Hồi trong Lăng Kính Lăng Nghiêm.*
8. *Nghi Thức Hộ Niệm, Cầu Siêu.*
9. *Quan Âm Quảng Trần.*
10. *Nữ Tu và Tù Nhân Hoa Kỳ.*
11. *Nếp Sống Tỉnh Thức của Đức Đạt Lai Lạt Ma Thứ XIV.*
12. *A-Hàm: Mưa pháp chuyển hóa phiền não*, 2 tập.
13. *Góp Từng Hạt Nắng Perris.*
14. *Pháp Ngữ của Kinh Kim Cang.*
15. *Tập Thơ Nhạc Nắng Lăng Nghiêm.*
16. *Nét Bút Bên Song Cửa.*
17. *Máy Nghe MP3 Hương Sen* (Hương Sen Digital Mp3 Radio Speaker): Các Bài Giảng, Sách, Bài viết và Thơ Nhạc của Thích Nữ Giới Hương (383/201 bài).
18. *DVD Giới Thiệu về Chùa Hương Sen.*

19. *Ni Giới Việt Nam Hoằng Pháp tại Hoa Kỳ.*
20. *Tuyển Tập 40 Năm Tu Học & Hoằng Pháp của Ni sư Giới Hương*, Thích Nữ Viên Quang, TN Viên Nhuận, TN Viên Tiến, and TN Viên Khuông.
21. *Tập Thơ Nhạc Lối Về Sen Nở.*
22. *Nghi Thức Công Phu Khuya – Thần Chú Thủ Lăng Nghiêm.*
23. *Nghi Thức Cầu An – Kinh Phổ Môn.*
24. *Nghi Thức Cầu An – Kinh Dược Sư.*
25. *Nghi Thức Sám Hối Hồng Danh.*
26. *Nghi Thức Công Phu Chiều – Mông Sơn Thí Thực.*
27. *Khóa Tịnh Độ – Kinh A Di Đà.*
28. *Nghi Thức Cúng Linh và Cầu Siêu.*
29. *Nghi Lễ Hàng Ngày - 50 Kinh Tụng và các Lễ Vía trong Năm.*
30. *Hương Đạo Trong Đời 2022* - Tuyển tập 60 Bài Thi trong Cuộc Thi Viết Văn Ứng Dụng Phật Pháp 2022.
31. *Hương Pháp 2022* (Tuyển Tập Các Bài Thi Trúng Giải Cuộc Thi Viết Văn Ứng Dụng Phật Pháp 2022).
32. *Giới Hương - Thơm Ngược Gió Ngàn*, Nguyên Hà.
33. *Pháp Ngữ Kinh Hoa Nghiêm* (2 tập).
34. *Tinh Hoa Kinh Hoa Nghiêm.* Thích Nữ Giới Hương. NXB Hương Sen.
35. *Phật Giáo – Tầm Nhìn Lịch Sử Và Thực Hành.* Hiệu đính: Thích Hạnh Chánh và Thích Nữ Giới Hương.
36. *Nhật ký Hành Thiền Vipassana và Kinh Tứ Niệm Xứ.*
37. *Nghi cúng Giao Thừa.*
38. *Nghi cúng Rằm Tháng Giêng.*
39. *Nghi thức Lễ Phật Đản.*
40. *Nghi thức Vu Lan.*

41. *Lễ Vía Quan Âm.*
42. *Nghi cúng Thánh Tổ Kiều Đàm Di.*
43. *Nghi thức cúng Tổ và Giác linh Sư trưởng.*
44. *Nghi Lễ Chẩn Tế Mười Hai Loại Cô Hồn*
45. *Kỷ Yếu Lễ Tưởng Niệm Thánh Tổ Kiều Đàm Di tại Chùa Hương Sen năm 2024*
46. *Nghi Thức Cầu Siêu Chư Hương Linh Thai Nhi*
47. *Kim Quang Minh Kinh Sám Trai Thiên Khóa Nghi*
48. *Phật Giáo và Thánh Tích Sri Lanka*

1.2. SÁCH TIẾNG ANH

1. *Boddhisattva and Sunyata in the Early and Developed Buddhist Traditions.*
2. *Rebirth Views in the Śūraṅgama Sūtra.*
3. *Commentary of Avalokiteśvara Bodhisattva.*
4. *The Key Words in Vajracchedikā Sūtra.*
5. *Sārnātha-The Cradle of Buddhism in the Archeological View.*
6. *Take Refuge in the Three Gems and Keep the Five Precepts.*
7. *Cycle of Life.*
8. *Forty Years in the Dharma: A Life of Study and Service—Venerable Bhikkhuni Giới Hương.*
9. *Sharing the Dharma -Vietnamese Buddhist Nuns in the United States.*
10. *A Vietnamese Buddhist Nun and American Inmates.*
11. *Daily Monastic Chanting.*
12. *Weekly Buddhist Discourse Chanting.*
13. *Practice Meditation and Pure Land.*

14. *The Ceremony for Peace.*
15. *The Lunch Offering Ritual.*
16. *The Ritual Offering Food to Hungry Ghosts.*
17. *The Pureland Course of Amitabha Sutra.*
18. *The Medicine Buddha Sutra.*
19. *The New Year Ceremony.*
20. *The Great Parinirvana Ceremony.*
21. *The Buddha's Birthday Ceremony.*
22. *The Ullambana Festival (Parents' Day).*
23. *The Marriage Ceremony.*
24. *The Blessing Ceremony for The Deceased.*
25. *The Ceremony Praising Ancestral Masters.*
26. *The Enlightened Buddha Ceremony.*
27. *The Uposatha Ceremony (Reciting Precepts)*
28. *Buddhism: A Historical And Practical Vision.* Edited by Ven. Dr. Thich Hanh Chanh and Ven. Dr. Bhikṣuṇī TN Gioi Huong.
29. *Contribution of Buddhism For World Peace & Social Harmony.* Edited by Ven. Dr. Buddha Priya Mahathero and Ven. Dr. Bhikṣuṇī TN Gioi Huong.
30. *Global Spread of Buddhism with Special Reference to Sri Lanka.* Buddhist Studies Seminar in Kandy University. Edited by Dr. Ven. Kahawatte Sumedha Thero and Dr. Bhikṣuṇī TN Gioi Huong.
31. *Buddhism In Sri Lanka During The Period of 19th to 21st Centuries.* Buddhist Studies Seminar in Colombo. Edited by Prof. Ven. Medagama Nandawansa and Dr. Bhikṣuṇī TN Gioi Huong.
32. *Diary: Practicing Vipassana and the Four Foundations of Mindfulness Sutta.*

1.3. SÁCH SONG NGỮ (VIETNAMESE-ENGLISH)

1. *Bản Tin Hương Sen: Xuân, Phật Đản, Vu Lan (*Hương Sen Newsletter: Spring, Buddha Birthday and Vu Lan, annual/ Mỗi Năm).
2. *Danh Ngôn Nuôi Dưỡng Nhân Cách - Good Sentences Nurture a Good Manner.*
3. *Văn Hóa Đặc Sắc của Nước Nhật Bản-Exploring the Unique Culture of Japan.*
4. *Sống An Lạc dù Đời không Đẹp như Mơ - Live Peacefully though Life is not Beautiful as a Dream.*
5. *Hãy Nói Lời Yêu Thương-Words of Love and Understanding.*
6. *Văn Hóa Cổ Kim qua Hành Hương Chiêm Bái -The Ancient-Present Culture in Pilgrim.*
7. *Nghệ Thuật Biết Sống - Art of Living.*
8. *Dharamshala - Hành Hương Vùng Đất Thiêng, Ấn Độ, Dharamshala - Pilgrimage to the Sacred Land, India.*

1.4. SÁCH CHUYỂN NGỮ

1. *Xá Lợi Của Đức Phật* (Relics of the Buddha), Tham Weng Yew.
2. *Sen Nở Nơi Chốn Tử Tù* (Lotus in Prison), many authors.
3. *Chùa Việt Nam Hải Ngoại* (Overseas Vietnamese Buddhist Temples).
4. *Việt Nam Danh Lam Cổ Tự* (The Famous Ancient Buddhist Temples in Vietnam).
5. *Hương Sen, Thơ và Nhạc* – (Lotus Fragrance, Poem and Music).
6. *Phật Giáo-Một Bậc Đạo Sư, Nhiều Truyền Thống* (Buddhism: One Teacher – Many Traditions), Đức Đạt Lai Lạt Ma 14th & Ni Sư Thubten Chodren.

7. *Cách Chuẩn Bị Chết và Giúp Người Sắp Chết-Quan Điểm Phật Giáo* (Preparing for Death and Helping the Dying – A Buddhist Perspective)

2. ALBUMS NHẠC

Từ Thơ Thích Nữ Giới Hương

1. *Đào Xuân Lộng Ý Kinh* (The Buddha's Teachings Reflected in Cherry Flowers).
2. *Niềm Tin Tam Bảo* (Trust in the Three Gems).
3. *Trăng Tròn Nghìn Năm Đón Chờ Ai* (Who Is the Full Moon Waiting for for Over a Thousand Years?).
4. *Ánh Trăng Phật Pháp* (Moonlight of Dharma-Buddha).
5. *Bình Minh Tỉnh Thức* (Awakened Mind at the Dawn) (*Piano Variations for Meditation*).
6. *Tiếng Hát Già Lam* (Song from Temple).
7. *Cảnh Đẹp Chùa Xưa* (The Magnificent, Ancient Buddhist Temple).
8. *Karaoke Hoa Ưu Đàm Đã Nở* (An Udumbara Flower Is Blooming).
9. *Hương Sen Ca* (Hương Sen's Songs)
10. *Về Chùa Vui Tu* (Happily Go to Temple for Spiritual Practices)
11. *Gọi Nắng Xuân Về* (Call the Spring Sunlight).
12. *Đệ Tử Phật*. Thơ: Thích Nữ Giới Hương, Nhạc: Uy Thi Ca & Giác An, volume 4, năm 2023.

Mời xem: http://www.huongsentemple.com/index.php/kinh-sach/tu-sach-bao-anh-lac

Đấu Tranh BẤT BẠO ĐỘNG
Là Nền Tảng Xây Dựng HÒA BÌNH TOÀN CẦU
Tác giả: Thích Nữ Giới Hương

NHÀ XUẤT BẢN TÔN GIÁO
53 Tràng Thi – Hoàn Kiếm - Hà Nội
ĐT: (024)37822845
Email: nhaxuatbantongiao@gmail.com

Chịu trách nhiệm xuất bản:
Giám đốc: ThS. Nguyễn Hữu Có

Chịu trách nhiệm nội dung:
Tổng Biên tập: Lê Hồng Sơn
Biên tập: Nguyễn Thị Thanh Thủy
Trình bày: Vũ Đình Trọng

Số lượng in: 1.000 bản, Khổ: 14 x 20 cm
In tại: Công ty TNHH Sản xuất Thương mại Dịch vụ In ấn Trâm Anh,
159/57 Bạch Đằng, phường 2, quận Tân Bình, thành phố Hồ Chí Minh.
Số ĐKXB: 2809-2024/CXBIPH/15-93/TG
Mã ISBN: 978-604-4988-62-7
QĐXB: 532/QĐ-NXBTG ngày 12 tháng 9 năm 2024
In xong và nộp lưu chiểu quý III năm 2024

www.ingramcontent.com/pod-product-compliance
Lightning Source LLC
LaVergne TN
LVHW010813051026
849532LV00007B/2534
9786044988627